Paashaani (Ahalya)

Satya Narayana Rao

కృతి సమర్పణము

*

నాకు భాషాభినివేశంకలిగించి, నేడు తెలుగు తల్లికిజేయు నాయీసేవకు కారణభూతులైన ఉదారులు, సత్యవచోనిరతులు, మా పెదతండ్రి శ్రీ ఊటుకూరు లక్ష్మీనారాయణరావుగారి పాదపీఠంకింద ఈకృతికుసుమాంజలినర్పించు

కుమారుడు

సత్యనారాయణరావు

సారస్వత చంద్రికా గ్రంథమాల మూడో కుసుమము

సంపాదకుడు :

శ్రీ సత్యనారాయణరావు

ప్రకాశకుడు :

శ్రీ ఊటుకూరు నరసింహారావు

(మందిరాలపాడు)

ఈశ్వర : వసంతము

937

మూల్యం ఎనిమిదణాలు

న మ స్తే !

వేదము, శాస్త్రము, పురాణము - ఇవి ప్రసిద్ధ ప్రమాణములైతే మానవులకు. కాని విజ్ఞానం పెరిగినకొలదీ, హేతువాదం హెచ్చినకొలదీ భావనాశక్తి ప్రబలినకొలదీ, శాస్త్ర పురాణాంతర్గతఘట్టములకు వ్యాఖ్యానాల్లో మార్పు కలుగుతూఉంటుంది. అంటే కాలాన్ననుసరించి భావాలు మారాలనేం కాదు.

రసవత్తరమైన ఘటనాసన్నివేశాన్ని యథార్థరూపంతో నాట్యప్రపంచానికి సమర్పించాలంటే, ఒకప్పుడు ఇతిహాస సాంప్రదాయాలనుకూడ తృణీకరించాలని వస్తుంది.

ద్విజేంద్రబాబు ఈ శ్రేణిలోనివాడే. ఆ మహానుభావుని రచనయే నాకు మాతృక. కేవలం అనువాదానికన్న రంగోపయోగ్యంగా చిత్రించుటకే ఈ నా సాధన.

ప్రసిద్ధనటకుడు, కవితాప్రియుడు, శ్రీ తాండ్ర సుబ్రహ్మణ్యశాస్త్రి దీనికి ఆట, పాట నేర్పి, పిట్టకొంచెమైనా కూత ఘన మనిపించి, ఆంధ్రరసజ్ఞలోకంయెదుట నాబుజాన చేయి వేసి కళాసేవకు శిరస్సు వంచాడు.

ఆర్యకాలంనాటి నైతిక సిద్ధాంతాన్ని పాడుచేస్తున్నానంటారు పెద్దలు. పౌరాణికయుగంలోను మానవ మనస్తత్వం నిర్వికల్పమంటారు అనుభవశాలురు. అది ఔనంటాను; కాని......ఇది కాదనలేను.

ఐతే లోకం.........?

పాత్రలు

గౌతముడు
చిరంజీవి
శతానందుడు
ఇంద్రుడు
విశ్వామిత్రుడు
రాముడు
లక్ష్మణుడు
తాపసశిష్యులు
పురవాసులు

అహల్య
మాధురి

ಪಾ ಪಾ ಡಿ

ఈ నాటకం ఆడాలిఅంటే నాటకకర్తయొక్క వ్రాతమూలకమైన అనుజ్ఞ పొందిఉండాలి.

ప్రథమాంకము

[ప్రాతస్సమయం, ఉదయారుణకాంతికిరణాలతో ఆశ్రమప్రాంతప్రవనలతాదులకు ఒక క్రొత్తందనము వెలసింది. చెట్లపై పక్షుల కలధ్వానము. అనతిదూరములో శిష్యుల వేదాధ్యయనము వినిపిస్తూ ఉంటాయి. మనుష్యులు మచ్చికచేసుకొను వనకురంగంవలె అందరిముద్దు అహల్య, పలుప్ర తలపుల పరధ్యానంతో, ఆ పూజాదికములలో పాల్గొంటూంది.]

గౌతముడు

దేవీ! తులసిదళములను, ఫలాదులను వారల కందింపుము.

అహల్య

[పరధ్యానంతో పంచిపెట్టుతూ] మాధురీ! భోజనానంతరము కనుపించెదవా?

మాధురి

తప్పక వచ్చెదను.

[అందరూ వెళ్ళిపోతారు]

గౌతముడు

అహల్యా! ఈ మిగిలిన ఫలములుకూడ చిరంజీవి కిమ్ము.

అహల్య

[ఇస్తుంది]

గౌతముడు

వివాహము విలాసము కాదు; ప్రేమ విషయలాలసత కాదు. సతీపతులు వీధులవెంట దొరుకు చందనపుబొమ్మలు కారు వెంటనే ఆక్రమించుకొనుటకు, మూల్యమిచ్చికొనుటకు.

వివాహ మొక కర్తవ్యము.-ప్రేమ ఒక నిష్కామసాధనము.

అహల్య

ఇది యేమి విరుద్ధపరిశోధన! ప్రేమ సాధించతగిన వస్తువా? దానిని ఒకరి ఆజ్ఞ అనుశాసించగలుగునా? బావిలోని జలవలె స్రవింపతీయ వీలగునా? ప్రేమ, గిరినిర్ఝరము వోలె పాషాణముల పగుల్చుకొని తనంత వెలికి రాగలదు.

కలువపడంతిమేనిపయి గందపుపూతల నొత్తిగిల్లి ని
ర్మలధవళాంశుబాహుపరిరంభణ మత్తిలి పోవుగాదె చు
క్కలవలరాచవాడు - ఇటు కల్పనజేసిరె ఎవ్వరైన, ప్రే
మలు చిగిరించి పొత్తుకొనుమాటయె పెండిలిబంధ మంతియే.

చిరంజీవి

మగవాడికి పెళ్లేవద్దు నాయనా! ఆడవాళ్ళగోడే మనకొద్దు. పెండ్లి అయితేసరి నెత్తిమీద ఎక్కి కూచుంటారు.

గౌతముడు

వివాహముచేసికొనుట శాస్త్రవిధి. దానివలన ప్రేమసాధన చేయవచ్చును. లాలసత పెచ్చుపెరుగకుండ వివాహము తోడ్పాటుచేయును. కామమువలన కళంకితమగు జీవితపువ్యర్థగతులను పునీతముచేసి, మానవత్వమును కాపాడు వజ్రకవచము వివాహము.

చిరంజీవి

స్వామీ! నాకు ఇంటిదగ్గర గొడవ జాస్తిఅయినదండి. దీనితో బాధపడలేకున్నాను. అసలు వివాహం వద్దో మొర్రో అంటే నామాట త్రోసివేసి మెడకు చుట్టినారు.

అహల్య

ఇప్పుడు వలదనిన తప్పునా? తీసుకొనివెళ్ళుము. పాపం! ఫలాదులంటే మాధురికి ఎంతో ప్రాణము.

చిరంజీవి

అలా అని తినదుకూడాను. అదేమిటో అస్తమానం పూజలు, పురస్కారాలు. అసలు యీమాట విన్నారా? మొన్న పొద్దున్నే నాకేదో పాదపూజచేస్తానని బయలు దేరింది. పాదపూజలూ వద్దు, ప్రాణాచారాలు వద్దు, నన్ను వదలిపెట్ట మన్నాను. ఈమధ్య ఇలాగే మొరాయిస్తే కాస్త దండించాను కూడా స్వామీ! అసలు నాకు పెళ్ళి ఎందుకంటా?

అహల్య

ఇప్పు డేమాయె?

చిరంజీవి

మొగవాడు పెళ్ళిచేసుకొన్నాడా! వాడు పెళ్లాందగ్గర పెద్ద నౌకరవుతాడు.

అహల్య

మరి స్త్రీకి పెళ్లి, పేరంటము వంటిదా?

అహల్య

ఔను.

గౌతముడు

సాహసము! స్త్రీకి స్వాతంత్ర్యములేదు. ప్రేమోదయము కానిదే వివాహము కూడ దందువా? ఇంద్రియసంయమము చేయనివారికి ప్రేమ తెలియదు.

అహల్య

స్వామీ! మన్నింపవలెను ప్రేమ ఎప్పుడు కలుగునో, ఎవరు చెప్పగలరు? సంయమముచేసిన ఋష్యాదు లంద రేమైరి? సంయమముచేసిచేసియున్నవారికి ఒక్కసారి వికృతముగా, పశుత్వముగా కామ మావరించును, అంతియే.

చిరంజీవి

ఆమాట నిజం. ఎవరోగాదు, అదే! మేనకతో మన విశ్వామిత్రుడి కేం దుర్గతి పట్టిందో తెలియలా? మొన్న గురువుగారు ఆయనను పూజిస్తుంటే నాకొళ్లు మండిపోయింది. అమ్మగారికి చిన్నతనమైనా అన్నీ తెలుసు. అమ్మా! మీరుచెప్పేవి కొన్నికొన్ని నాకు బాగా నచ్చుతై.

గౌతముడు

చిన్నతనమున పరిణయమైన బాలికకు పతి శిక్షణ యొసంగగలడు. పతి ననుసరించవలసిన యిల్లాండ్రు పతిఅభిరుచుల అలవరించుకొనవలయునుగాదా.

అహల్య

[నిట్టూరుస్తుంది]

౫ ప్రథమాంకము

అహల్య

జీవితములో - మనస్సులో - శరీరములో, నూతన ప్రేమోదయము ముసుగుతీసుకొని కాంతులు చిమ్ముకొనుచు వచ్చును. దానితో ఒక క్రొత్త చైతన్యముకూడ వచ్చును: క్రొత్త హృదయము, క్రొత్తలోకము. అంత, శరీరోద్యానములో వలపు వాసనలు కదలించు సన్నని గాలిఅలలలో కలసి ఒక్క మధుర నిశ్వాసము చెలిమి సేయును. ఆనిశ్వాసమే ప్రియురాలి జీవన సర్వస్వములో జన్మాంతమువరకును అమృతరూపముతో ప్రేమ రాజ్యమున కాహ్వానము సేయును.

గౌతముడు

దేవీ !

అహల్య

అచట ప్రేమ దేవత ప్రాణేశ్వరుడు. తొలినాళ్ళలోనే అతని ప్రణయదీపకళికనుండి నిశ్వాసధూమములు గాలిలో త్రోవలు వెతకుకొనును.

వానితో బంధించుకొనుటయె వివాహము. వాని బాహువులలో ఒక్క ఊపిరి తీసికొనుటయే సమాధి. వాని ప్రేమ లోకపు విస్మయదృశ్యమువంక ఒక్కసారి హృదయము తెరచుకొని కన్నుమూసుకొనుటయె బ్రహ్మానందానుభవము.

చిరంజీవి

నాకేం తెలియటంలేదు అమ్మగారు శలవిచ్చేది.

గౌతముడు

అనగా స్త్రీయే తనవరుని నిర్ణయించుకొనవలె నందువా?

ఈ పుణ్యపరిణయముచే నా జన్మ సార్థకమగునని తలచు దానను. నేటికి అది అంతయు భ్రమ యని తేలినది.

మాధురి

భ్రమ! భ్రమయా? సౌభాగ్యవంతురాలా! నీజన్మ సార్థకము కాలేదా? నిష్కపటియు, ధర్మాత్ముడును, కేవల పరమ శివమూర్తి వంటివానికి భార్యవైన నీజన్మ సార్థకముకాలేదా? అహల్యా!

అహల్య

కొంచెము కన్నెత్తిచూడుము. సఖీ! ఈ రూపము, ఈ మధురిమము చూడుము.

చూడవా ఈభుజాలతశోభ కల్ప
తరువుతో చెలిమి నేయగా తగునుగాదె
ఈకుసుమమాల వక్షమ్ము ప్రాకికూడ
సిగ్గుచే తల వాల్చదా చెప్పుమమ్మ.

ఈ కావివల్కలము బలవంతముగా నన్నెటుల పొదివి కొనియున్నదో!

మాధురి

కొంచెము వదలుచేయనా?

అహల్య

అదికాదు. ఇటుచూడు. ఈ రూపము, ఈ యౌవనము, ఈ జీవితము వ్యర్థమగుటలేదా నాకుమాత్రము? ఈ జగత్తు నీరసము, స్వాదుహీనముకాదా? నేను నాపెండ్లి

అహల్య

మరల అదియే సంబోధనమా. నేను గురుపత్నిని. అవశ్యము నీవు శిష్యురాలవే. అయిననూ నిన్నెప్పుడూ నాప్రియసఖివనియే తలచుచున్నాను. సఖీ! రమ్ము, రెండు ఘడియలోంటరిగా ప్రశాంతముగా కూర్చుందము. నీతో నా మనస్సులోనిమాట యొక్కటి చెప్పదలచితిని. ఇక్కడకూర్చుండుము. విను. [కూర్చుంటుంది.]

మాధురి

నాప్రియసఖీ! చెప్పుము.

అహల్య

ఏమిచెప్పుదును! నీకంతయు తెలియునుగదా?

మాధురి

నాకేమి తెలియును?

అహల్య

నా వివాహమై ఎంతకాలమైనదో తెలియునా?

మాధురి

అయిదుసంవత్సరములై యుండును.

అహల్య

బాగున్నది, నేడును అదియే వైశాఖపూర్ణిమ. నాకప్పుడు పదియేండ్లుండునవి. వివాహమర్మము లేమియు తెలియని ఆ రోజు నాకిపుడును జ్ఞప్తికివచ్చుచున్నది. ఏకాంతముగాకూర్చుని

గతముకాదు. పోనిమ్మా - ఇప్పు డీ ఫలవంతముకాని విలాపముతో పని యేమున్నది. నీవు గ్రహించుకొనలేదు—

ఇట్లు పశ్చాత్తాపపడినమాత్రము ఫలమేమి? నేను, నాహృదయమింతచంచలమును, కాతరమును అగుచున్న దెందులకో తెలియదు. రహస్యముగ నామనస్సున దాగియున్న వేదనలను వినిపించుటకు నిన్నేల పిలిచితిని? పోనిమ్మా. మాధురీ! చూడు. ఈజాజిపూలదండ వాడిపోయినది ఇంకొకక్రొత్తహారమును సంతరింపుము. ఈ ఎడమచేతికి లతావలయము కొంచెము గట్టిగా బిగింపుము. వదులై జారిపోవుచున్నది.

మాధురి

రమ్మా. ఇంకను దగ్గరకురమ్మా. దేవీ! నీ వింతటి సహజాలంకారముల నేలచేసికొనెదవు? ప్రియసఖీ! నీ వెట్టిశృంగారముల జేసికొనకయే అందరికన్నను మనసు వలపించుచున్నావు. తామర రేకుపై కుంచియతో రంగులుతీర్చు మూఢు డెవడు?

అహల్య

[దీర్ఘంగా నిర్వేదించి] హా ప్రియసఖీ!

శతానందుడు

[ప్రవేశించి] అమ్మా! అమ్మా!

అహల్య

ఏమి తండ్రీ!

శతానందుడు

తాత నన్నుకొట్టాడు. ఆయన నన్నెప్పుడూ ఎందుకు కొడతాడేం?

కాని ప్రాయములో అప్పుడప్పుడు ఈనాటి జీవితము సుఖ వంతముగనుండునని తలంచుచుంటిని. అప్పుడు నాకు నేనేతోడు, నేనేమాలలు గుచ్చుకొని అలంకరించుకొనెడిదానను, నేనే పాడుకొని, నేనే ఆనందమున మునిగి పరవశురాలనగుచుంటిని.

మధ్యాహ్నపువేళ మండుటెండలో ఘనీభవించినచెట్లనీడ లలో తిరుగుచు, వనఫలములను రాల్చుకొని ఆరగించుచుం టిని. "ఇంటిలో నింతమధురఫలరసాదులుండగా పండ్లకొఱకేల నమ్మా" యని జనకులు మందలించుచుండెడివారు. వర్షాంబు స్నిగ్ధములైన వాయుచాలనములు, నావినీలకేశపాళిని చెరపి చీకాకుచేసెడివి. నాముగ్ధనేత్రములనువిప్పి ఓరచూపులప్రసా రించి ఆదృశ్యము నవలోకించుచు అపుడే మేఘమండలము నైతము నిరీక్షించుచుంటిని. ఆమేఘమండలము మషీవర్ణము లదిన ట్లుండెడిది ఆహా! ఆ నాబాల్యావస్థ ఎంతమధురమైనదే! (నిట్టూరుస్తుంది)

మాధురి

సఖీ! నీవేమనుకొనుచున్నావు? నీవు మహర్షి గౌతముని పత్నివైన కారణముచేతనే ఎంత యోభాగ్యశాలినివి. మిణు గురులకన్న తారక లెంతఉన్నతములో, ఆ గౌతములు ధర్మ మునందు, జ్ఞానమునందు, విద్యావిభవములందు మనుష్యులంద రిలో అటులే ఉన్నతులు.

అహల్య

మాధురీ! వారు జ్ఞానులు, శాస్త్రవిశారదులు, ధర్మవిదులు, కారని చెప్పుటలేదు. కాని వారికి రమణీహృదయము అన

మాధురి

వారు విశ్వామిత్రమహర్షికి తపోవనము చూపించుటకు వెళ్లినారు.

శతానందుడు

అమ్మా! ఆ విశ్వామిత్రు డెవరే?

అహల్య

మీనాన్నవలెనే వారును ఒక ఋషి.

శతానందుడు

అయితే ఆయనవాళ్ళంతా బోలెడు గోమా లున్నవెందుకే?

అహల్య

నాకు తెలియదు పో...

శతానందుడు

[వెడలిపోతాడు.]

అహల్య

మాధురీ! ఏపాపమువలన నీ కిట్టి పశుతుల్యుడగు భర్త దొరికెనో తెలియుటలేదు.

మాధురి

నీ పాదములంటి మ్రొక్కెదను. ఆయనను నిందింపకుము. నేనాతనిని ప్రేమించుచున్నాను.

అహల్య

నాసఖీ! నన్నుడికింపకుము. నీవతనిని ప్రేమించుచున్నావా?

అహల్య

నీవుకూడా ఏదో అల్లరిచేసినట్లు కనుపించుచున్నది.

శతానందుడు

లేదమ్మా! తాతా! మిఠాయితింటావా? అన్నాను. అంతే. చఢేలుమని చెంపమీద లాగి కొట్టాడు.

అహల్య

[నవ్వి] నీవు బాగా అబద్ధములు చెప్పుట నేర్చుకున్నా వయ్యా.

మాధురి

ఎక్కడ కొట్టినాడు. దగ్గరకు రా!

శతానందుడు

ఇక్కడ కొట్టాడు. ఇక్కడ కొట్టాడు. కాదు - కాదు - ఇక్కడ కొట్టాడే. [ఇట్లా అన్నిచోటులు చూపిస్తాడు.]

మాధురి

[చేతితో సవరిస్తూ] పోయింది పో నాయనా!

శతానందుడు

అమ్మా! నాన్న ఎక్కడ ఉన్నారు ?

అహల్య

నాకు తెలియదు. మాధురికి వా రెక్కడ నున్నది తెలునును.

[గౌతమాశ్రమం, ప్రక్క తాపసకుటీరాలు. ఒకనాడు దోవలుకొట్టూ తస్కరవృత్తిలో జీవితమంతా మలినమై నిష్ఠురమైపోయిన ఒక హంతకుడు గౌతములవారిని చంపవలెననిపోయి వారి పవిత్రహృదయముముందు నిలువలేక నిస్తబ్ధుడైపోయినాడు. నాటినుంచి అతనికి క్రమశిక్ష ఇస్తూ, చిరంజీవిఅనే పేరుతో తనశిష్యుల్లో చేర్చుకున్నారు గౌతములు. ఐనా, అతనివక్రత్వం అపుడప్పుడు కనబడుతూనేఉంటుంది. బ్రాహ్మణత్వముయొక్క ఆదర్శమును పొందినగౌతములను పరీక్షించటానికి విశ్వామిత్రుడు వస్తే, తొలుత అయింది చిరంజీవిదర్శనం.]

విశ్వామిత్రుడు

ఇదియేనా గౌతమమహర్షి తపోవనము ?

చిరంజీవి

[విశ్వామిత్రుని ఎగాదిగ జూచి] మీకెలాకనబడుతూంది?

విశ్వామిత్రుడు

మహర్షి ఆశ్రమ మిదేనా ?

చిరంజీవి

కాకపోతే యేమిటి, దుకాణ మనుకున్నారా ?

విశ్వామిత్రుడు

కొంచెము తిన్నగా ప్రత్యుత్తరమిచ్చినచో ఏమైనా హాని ఉన్నదా ?

చిరంజీవి

ఇవ్వకపోతేమాత్రం ఏమిహానివుంది ?

౧౫ ప్రథమాంకము

ఎంత చాతుర్యశాలినవ, మదియ
మానసమ్మును కలచగా పూనినావా?
ఏమి గుణమున్నదని వివాహేచ్ఛ కలిగె
అతనియెడ? ఏమియో చిత్రమగును నాకు.

మాధురి

సోదరీ! మహర్షి యనుజ్ఞవలన అట్లయినది కాని నా యిచ్ఛ వలన కాదు. మొదట కొంచెము మొరటుగా నుండెడిది. కాని దినదిన ప్రవర్ధమానమైన నా ప్రేమ సెలయేరై, నదియై, సముద్రమై నాజీవిత ప్రపంచమును చుట్టవేసికొనినది.

అహల్య

నీవు జాతిచేత వేశ్యవుకదా! అప్పటి నీ స్వాతంత్ర్య మరి కట్టబడలేదా, నేడు చిరంజీవికడ?

మాధురి

స్వేచ్ఛాజీవితము నభిలషించినకదా! నాకు ఆయనయెడ ప్రబలతమమైన భక్తి. అదియే నాకిప్పుడు ముక్తిదాయకము.

అహల్య

అనురక్తిలేని భక్తి - ముక్తి - రెండు తెలియును నీకు.
[లోపల] అమ్మా!

అహల్య

దీని నలంకరింపుము, పోవుదము.

తెర

అదిగనుక పద్ధతి తా నను మహర్షి నికావటానికి ఎక్కువకాలం పట్టదు.

విశ్వామిత్రుడు

ఏమీ ! నాతో పరిహాసమా ?

చిరంజీవి

లేదు. సరసాలాడుకోవలసిన అవసరం ఇప్పటివరకు ఏర్పడ లేదే !

విశ్వామిత్రుడు

ఇదిగో నన్ను చూచుచుంటివా ?

చిరంజీవి

చూచుచున్నావా అంటే' ఆ! చూస్తూనే వున్నాను.

విశ్వామిత్రుడు

ఏమి చూచుచుంటివి ?

చిరంజీవి

ఒకసారి నవకార్తికేయుడులాగు, ఒకసారి మదనమోహనుడి లాగు శరీరం గుండ్రంగా వుంది. శిరస్సు పొడుగు వెడల్పు బాగానేవుంది. శరీరపు చాయ గడ్డపురంగు నెదుర్కొంటూ వుంది.

విశ్వామిత్రుడు

చూడు నామనస్సులో క్రోధము రగుల్కొనుచున్నది.

విశ్వామిత్రుడు

మహర్షి ఎక్కడనున్నారు ?

చిరంజీవి

నీకెందుకు ? ఏమైనా అవసరముందా ?

విశ్వామిత్రుడు

ఆఁ ! అవసరమేఉన్నది వారిపుడాశ్రమములోనేఉన్నారా!

చిరంజీవి

ఆఁ - లేరు, పెద్దపులిని వేటాడటానికి వెళ్లారు.

విశ్వామిత్రుడు

ఇంద్రజాలికుడిలా గున్నావే, నీవెవ్వరు?

చిరంజీవి

నేనూ అడుగుతానేం - నీవెవ్వరు ?

విశ్వామిత్రుడు

నేను విశ్వామిత్రమహర్షిని.

చిరంజీవి

నన్ను "చిరంజీవిశర్మఅర్షి" అంటారు.

విశ్వామిత్రుడు

'అర్షి' అనగా ?

చిరంజీవి

నాకు, 'అర్షి' అంటే మూలశంకనే రోగం ఓటుంది. చెప్ప వద్దూ ! ఇంతకన్నా ఎక్కువేంలేదు, అదిబాగాపెద్దదికాలేదు.

విశ్వామిత్రుడు

మూర్ఖుడా ! పొమ్మన్న. [మెడపట్టి అవతలకు త్రోస్తాడు.]

చిరంజీవి

ఇదిగో మళ్ళీ నాజోలికిరా చూస్తాను. [కొట్టపోతాడు.]

గౌతముడు

[ప్రవేశించి] చిరంజీవీ ! ఏమిది ? ఏమిచేయుచున్నావు

చిరంజీవి

అయ్యా ! ఏంలేదు. ఈ మహర్షితో కొంచెమేదో—

గౌతముడు

[విశ్వామిత్రునితో] తామెవ్వరు ?

విశ్వామిత్రుడు

విశ్వామిత్రమహర్షిని.

చిరంజీవి

విన్నారా గురూ ! మహర్షివైఖరి, ఇదేనా ? ఇవ్వాళా, రేపూ ఎవణ్ణిచూచినా మహర్షే.

విశ్వామిత్రుడు

మీరేనా గౌతమఋషి ?

గౌతముడు

ఈ దాసుడే గౌతముడు.

౧౮ ప్రథమాంకము

చిరంజీవి

మన విషయంలో యిలా వర్ణిస్తుంటే క్రోధంగాక ప్రేమ వస్తాం దనుకుంటున్నావా ?

విశ్వామిత్రుడు

శపించి నిన్ను భస్మము చేయవలెనా యేమి?

చిరంజీవి

ఓహో దోవను బడుతున్నావు.

విశ్వామిత్రుడు

ఇంకను చూచుచున్నాను. భస్మమే చేయవలసివచ్చినది. హార్. హార్. హార్. [అటు ఇటు తిరుగుతాడు.]

చిరంజీవి

రామ రామ రామ [ఇంకొకవంక తిరుగుతాడు.]

విశ్వామిత్రుడు

రామ, రామ యని ఎందుల కనుచున్నావు ?

చిరంజీవి

రామనామం స్మరిస్తే భూతాలభయ ముండ దంటారు.

విశ్వామిత్రుడు

నే నేమి భూతోచ్చాటన చేయుచుంటి ననుకొంటివా !

చిరంజీవి

లేకపోతే వివాహమంత్రాలు చదువుతున్నారా ?

యమున మీవంటి సాధుపుంగవులగు మహాత్ముల దర్శనము లభించినదో !

విశ్వామిత్రుడు

[స్వగతము] ఇంతవినయమా! అపూర్వసుందరియైన అహల్య నేమరిననాడీతని కింతటి వినయము, ఇంతటి సహనము ఉండునో లేదో చూచెదగాక.

[నిష్క్రమిస్తారు]

తెర.

చిరంజీవి

దాసుడంటే ఏమనుకుంటున్నావో!

గౌతముడు

చిరంజీవీ! వీరిపాదధూళి శిరస్సుపై ధరింపుము. వి రత్యం తము తేజశ్శాలురగు మహర్షి సత్తములు.

చిరంజీవి

ఇందుకేనేమో ఇతగాడితో ఇంతసేపటినుంచి జగడ మాడింది.

గౌతముడు

వీరు తమ తేజఃప్రభావముచే మహర్షులైరి. నేను వీరి ముందు క్షుద్రకీటకమును. నీవు వీరియెడల చాల అసంబద్ధ ముగా నడచుకొంటివి; మోకరించి క్షమాభిక్ష నర్థింపుము.

చిరంజీవి

ఆఁ [విశ్వామిత్రునివీపుమీద చేయివేసి ఆపాదమస్తకము చూసి స్నేహితుడిలాగు రెండు మూడు సార్లు చరిచి] మహా శయా! ఏమీ అన్యథా అనుకోకండేం.

[నిష్క్రమిస్తాడు]

గౌతముడు

[విశ్వామిత్రునితో] మహర్షీ! వీడు నాశిష్యుడు. వీని ధూర్తత్వమును క్షమింపుడు. దయచేసి ఈవేళ నా ఆశ్రమ మున విశ్రమింపుడు. ఏపుణ్యావశముచే ఈనాటి ప్రాతస్సమ

అహల్య

తపశ్చర్యయా! ఎవరిది? అనగా ఏమి? మనయింటిలో కూర్చొని తపస్సు చేసికొనకూడదా?!

గౌతముడు

ఏమివచించువాడ తరళేక్షణ! సంసరణమ్ము మోహపా
శామలినప్రసక్తము; ప్రశాంతవనమ్మునగాక మామకీ
నామలమౌ తపస్సు ఫలితాంశముజేమున? ముగ్ధ వాటచే
కామము నొక్కటే తలతుగాని వృధా అడియాస లీకృతుల్.

ఈ గృహస్థాశ్రమమున అన్నియు బంధనములె. మాయ-మోహము - నిత్యసాంసారికానేకచింతలు చుట్టుముట్టుకొని యుండును. ఇందువలన, ప్రియా! ఒక్కడను దూరదేశములో నిర్జనప్రదేశమున ఎచట మనుష్యశబ్దమైన వినరాదో అచట ఏకాంతముగా తపస్సు చేసెదను.

అహల్య

అచ్చటకు నేనునూ రాకూడదా?

గౌతముడు

నీ వేతెంచిన నాకు తపోభంగము కాదా?

అహల్య

ఇట్లెంతకాలము?

గౌతముడు

ఎంతకాలమేమి పిచ్చిదానా! భగవంతుడు సులభసాధ్యుడా? అతనిదివ్యసాక్షాత్కారము అరనిమసములో జరిగెడిపనియా? ఆ భగవాను డెప్పుడు ప్రసన్నుడగునో అప్పుడు.

[ప్రకృతి మాధుర్యంతో చెలిమిచేసే జీవితానికి, ఒకనాటికీ చెర వదలక వేదనపడుతూంది అహల్య. ఆశ్రితాలు. నిష్ఠలు, తేజోమూర్తుల సమావేశాలు, ఒక్కటీ ఆమెకు ఆశ్వాసం ఇచ్చేవికావు. హృదయాలు కదల్చివేసే ఆమె విపంచీకంఠమే స్పందించి శాంతి కలిగిస్తూంది ఆమెకు, ఆ ఏకాంతానికి కూడా స్థానంలేకుండా.]

గౌతముడు

అహల్యా !

అహల్య

ఎవరు ? స్వామీ ! ఇదేమి ఈ వేషముతో ఇచ్చటికి...

గౌతముడు

ప్రియా ! నేను నీవలన అనుజ్ఞాతుడనై పోవుటకు వచ్చితిని.

అహల్య

అనుజ్ఞాతులగుటకా ? మంచిది, ఎక్కడకు వెళ్లెదరు ?

గౌతముడు

హిమాచలమునకు

అహల్య

ఏమిపని ?

గౌతముడు

ప్రియా ! అచ్చట తపశ్చర్య నడుపుటకు.

ములు, శాస్త్రవిధుల ననుసరించి బ్రాహ్మణున కత్యంతము విహితధర్మములు.

అహల్య

కాదంటినా ?

గౌతముడు

నీవల్లనుటలేదు. ఏపురాభూతపుణ్యవిశేషమున కలిగినదో ఈ బ్రాహ్మణజన్మము! దానిని సార్థకపరుచుకొనుటకే కర్మానుష్ఠానము చేయవలసియున్నది. కర్మకలాపములలో ఉత్తమమైనది తపస్సు; అంతియేకాని ప్రియురాలి చెరగులనే పట్టుకొని వ్రేలాడుచు తుచ్ఛమగు ఐహికకామజీవనమునే పరమావధిగా చేసికొని నాకర్తవ్యమును విస్మరింపజాలను.

అహల్య

అటులైన నన్నేల వివాహము చేసికొంటిరి ?

గౌతముడు

ఎందులకా ? నేచేయుకర్మలలో అర్ధాంగివై సమభాగము పాల్గొనుటకు.

అహల్య

దానివలన ప్రయోజనము ?

గౌతముడు

ప్రయోజనమా? పరమేశ్వరైక్యానుసంధానము. శాశ్వత పునరావృత్తిరహితబ్రహ్మలోకనివాసము. అదియే నేను కోరునది. నీవు ఆసించవలసినది అంతియే. వెళ్లుదునా ?

౨౮ ప్రథమాంకము

అహల్య

దయచేయవచ్చును.

గౌతముడు

ప్రియతమా! అట్లుగాదు. ప్రసన్న హృదయముతో నాజ్ఞాపింపుము.

అహల్య

నన్నెవరికడ విడచిపోయెదరు? అదియైన చూపింపుడు.

గౌతముడు

సతీ! స్త్రీలు పతినే మనస్సున ధ్యానము సేయుచు నుండెదరు.

అహల్య

ప్రభూ! కేవలధ్యానము చేయుచుండినచో ఆ కాంక్ష తీరునా? సరోవరచిత్రమును చూచునంతమాత్రముచే దాహము చల్లారునా? ఆహా! నుమత్వహీనమైన దీ పురుషజాతి. ఓ కఠోరపురుషుడా! నిత్యము సంయోగ వియోగములయందు మేము మిమ్ములను ధ్యానించుటా! మరి మీరు, ఎప్పుడుకోరిన నప్పుడు వచ్చుట పోవుటయునా? చెంత కేల వచ్చెదరు? రమణీ సౌందర్యమును మాత్రమే ధ్యానించుచు దూరముగా నెందుల కుండలేరు?... మీ రత్యంతస్వార్థపరులు.

గౌతముడు

అహల్యా! నిత్యనైమిత్తికకర్మలు, జపతపహోమాదికములు, పాకయజ్ఞములు, హావిర్యజ్ఞములు, అగ్నిష్టోమాదిక

వ్రతము పున్నెముల ప్రోవు; నాజీవనకార్యము పుణ్యానాశనము. మన ఇరువురి త్రోవలు భిన్నభిన్నములై రెండు త్రోవలై పోయినవి. ఇట్టి జీవితములతో మనమిరువురమును ఎప్పుడును కలిసికొనలేము; సరే దయచేయుడు. నాకర్తవ్యమేమి? సెలవిచ్చి పొండు.

గౌతముడు

అహల్యా! కర్తవ్యమా? తొలుతనే వచించితిని గాదా, పరమేశ్వరధ్యానమే సతికి పరహితార్థ మహావిధి యని. నీవు చెప్పెడి ఆప్రేమ భగవంతునిపై మరల్పుము. ఆతడే నీకును, నాకును, ఈ భూతప్రపంచమునకును సృష్టిస్థితిలయకారణుడు. అదిగో వర్జ్యసమయమాసన్నమగుచున్నది; నేపోయివచ్చెదను.

[చిరంజీవితో నిష్క్రమిస్తాడు]

అహల్య

భగవద్ధ్యానమా! వనితకు భక్తివ్యాసంగమా? ఎంతటి మిధ్యావాదము? ఎంతటి ఘోరవియోగము. నిత్యము కన్నుల యెదుట ప్రత్యక్షమగు భర్తపై కలుగు అనురాగము కేవల ధ్యానమువలన భగవంతునిపై కలుగునా? ఇది సంభవమా?

మాధురి

[హారతిగొని సత్వరంగా ప్రవేశించి] దేవీ! మహర్షి ఏరీ?

అహల్య

ఏమిటా తొందర దేనికి?

అహల్య

అంతియేనా ?

ఈయుబలాట మేల జనియించెను పెండిలియంచు మానినా
ప్రాయపు నిండుపూపజవరాలితనమ్ము నిత సేయగా
న్యాయమె ? ఒంటి పీడి చనుచంటి, ననున్ నగుబాట్లవాలుగా
సేయదువయ్య జీవిత మిసీ ! యనిపించితి, సీరసించితిన్.

ఈ క్రొత్తందనము తలసూపు ప్రాయపువయస్సు, ఈ పొంగులెత్తుచున్న సౌందర్యరేఖ, ఈ తనివితీరని ఆకాంక్ష, ఈకైపెక్కిన హృదయము, చూచుట లేదా ?

చిరంజీవి

[ప్రవేశించి తనలో] నే ననుకొన్నంత అవుతూనేవుంది. [ప్రకాశంగా] ఋషివరా! ద్వారంముందర విశ్వామిత్రుడు గారు సిద్ధంగా కనిపెట్టుకొని ఉన్నారు. తమకొరకు ఎదురు చూస్తున్నారు.

గౌతముడు

ప్రియతమా ! వెళ్లుచున్నాను.

అహల్య

మీరుండుడు; లేక వెళ్లుడు. అహల్య కొక్కటేసంకల్పము. మీమనస్సులో స్నేహములేదు. మీ అధరమున సుధాస్వాదు రసములేదు. తపశ్చర్యాత్మకశుష్కకర్తవ్యమునకే మీ జీవిత మేర్పడినది; నా జీవిత ముపభోగింపదలచుచున్నది. మీ జీవన

ద్వితీయాంకము

[దేవరాజు చంద్రశిలాప్రాసాదం - అమృతపానం, గానం, నాట్యం అన్నివినోదాలు అక్కడే జరుగుతూఉంటయి ఎప్పుడు. మేనక నాట్యం చేస్తూంది. ఆగి, ఆగి అమృతం సేవిస్తున్నాడు దేవరాజు. వినోదార్థం పవను డక్కడనే ఉన్నాడు.]

ఇంద్రుడు

మేనకా! ఇంక కొంచె మమృత మిమ్ము.

[ఇచ్చి ప్రక్కగా నిలుస్తుంది]

పవనా!

పవనుడు

చిత్తం.

ఇంద్రుడు

నీవు స్వర్గలోకము, మనుష్యలోకము, పాతాళలోకము అంతటను సంచరింతువు కాదా?

పవనుడు

చిత్తం.

ఇంద్రుడు

నినొక్కటడుగవలసియున్నది.

మాధురి

వారివిజయగీతము పాడుటకు; వారి తపస్సు సర్వదా ఫలించుగాక యని ప్రార్థనగీతము పాడుటకు. ఇంతకును వారేరీ?

అహల్య

ఈసరికి ఆశ్రమప్రాంతము దాటిపోయి యుందురు. చిరంజీవి కూడా వెళ్లెనా తపస్సునకు?

మాధురి

వారు వెళ్లినచో నేను నీకెట్లు కనుపించెదను?

అహల్య

మాధురీ! రమ్ము వెళ్లుదము.

[నిష్క్రమిస్తారు]

తెర.

పవనుడు

చిత్రం.

ఇంద్రుడు

పవనా! జీవితము చిత్రముగా గడచిపోవలెను. చిత్రములు లేనిజీవితము చప్పగానుండును. ఈమేనక రంభ అంతా పూర్తిగా పాతబడినారు కాదూ. చూడు. మన అభిరుచికి అందెడి విలాసవతిని ఎక్కడనైన చూచితివా?

పవనుడు

చిత్రం. ఒక్కచోట.

ఇంద్రుడు

నీకు తెలియునుగదా! దేవేంద్రునివలపించుట సామాన్యమా?

పవనుడు

అదంతా కాదు. తాము స్వర్గలోకాన్ని వదలివేసి మనుష్యలోకం వస్తే చూపిస్తాను, త్రిభువనశృంగారకళామూర్తిని.

ఇంద్రుడు

ఎవరు? [అమృతకలశంకోసం తడువుకుంటాడు]

పవనుడు

మిథిలానగరంలో గౌతమమహర్షి పత్ని.

ఇంద్రుడు

అత్యంతము దుర్గమమైన స్థానము. ప్రయోజనములేదు.

పవనుడు

చిత్తం.

ఇంద్రుడు

చూడు, స్వర్గమువంటి రాజ్యము [అహాహ] ఇంద్రునివంటి రాజు - అమృతమువంటి పానీయము - ఎక్కడనైన చూచితివా ?

పవనుడు

చిత్తం. ఎక్కడను చూడలేదు.

ఇంద్రుడు

నామాట వింటివో లేదో, యోచించకుండ అప్పుడే ఏదో చెప్పివేసితివి, "లేదు" అని.

పవనుడు

చిత్తం. అలా చెపుతానా ?

ఇంద్రుడు

సరే! నీవేమి వింటివో చెప్పుము ?

పవనుడు

[స్వగతం] పెద్దచిక్కులోనే పెట్టినాడు [ప్రకాశంగా]ఇదే - ఇదేదో, స్వర్గంవంటి ఆడుది, అమృతమువంటిరాజు,......

ఇంద్రుడు

నీకు కొంచెము బాగుగానె పడినట్లున్నది.

[గౌతములు పరివ్రాసదీక్షలో నున్నారు. అహల్య కేకాంతవాసం. ఆశ్రమోపాంతంలో మలుసంజరేకలలో వెన్నెలపొడలు పాకుతున్నాయి. అహల్య పూలవాసనలకో, గాలి ఊపులకో, అక్కడక్కడ నిలుస్తూ, కూని రాగాలు తీస్తుంది.]

అహల్య

ఆహా! ఎంతసుందరము! ఎంతమనోహరమైన దీ దృశ్యము! [కూర్చొని] ఈ పచ్చనితీవపొదరిండ్లు - మనోజ్ఞములగు పూవుగుత్తుల వరుసలచే నలంకృతములగుచున్నవి. అళినీసం తానము ఝుంకారము సేయుచున్నది. చక్కనిచిగుళ్లచే నిండి పోయినవనవీథులు, సంధ్యాకిరణములుసోకినిగనిగలాడుచున్నవి. సుదూరమున కఠోరమగు నావనసీమలో, పెద్దమ్రాకుల నీడల క్రిందుగా తొలగినముసుగుతో నదీసుందరి పరుగుపరుగునపోవు చున్నది. వనమంతయు నిస్తబ్ధమైయున్నది. దూరమున మామిడి తోపులో పూలతోటను కదిల్చివేయు లలితోచ్ఛ్వాసముతో కోకిల "కూ" యనిపాడుచున్నది. మందమందముగా మెల్లని అలలపూవులలో, వసంతవాయువులు వీతెంచుచున్నవి.

వసంత వర్షామధుర సమ్మేళనమున ఒక అపూర్వ సౌందర్యరాజ్యకళారచన చేయబడినది. ఆహా! ఎంతటి ఆనంద దృశ్యము! మనస్సును ముగ్ధముచేయగల ఇట్టి సౌందర్య చిత్రవిన్యాసములను చూడక ఎంతోయో కాలమైనది. నేడు ఈ చల్లనివాయు సంచాలనముల అమృతస్పర్శయు, నేటి ఈసుపరి

33 ద్వితీయాంకము

3

పవనుడు

కాని - ఒక్క అవకాశము మాత్ర మున్నది.

ఇంద్రుడు

ఏమది ?

పవనుడు

మహర్షి ఇప్పుడు ప్రవాసములో నున్నారు.

ఇంద్రుడు

ఓ! అట్లయిన జయించినామన్నమాటయె పవనా! మదనుని పిలుచుకొనిరమ్ము. తొందరగా పొమ్ము

[పవనుడు వెళ్ళిపోతాడు అమృతపానంచేస్తూ] మహర్షి పత్నియగు ఇల్లాలెయగునుగాక! ఇది అకార్యము కాదుగదా! కాదు. ఎన్నటికిని కాదు. ఆత్మానందమునుగోరు శృంగారపిపాసువులగు రసకులకు ఇది అనివార్యము. [వెళ్ళుతాడు]

తెర.

అహల్య

[ఇంద్రుని దూరమునుండి చూచి] ఈ స్నిగ్ధశరీరుడగు నవయౌవనమూర్తి ఎవ్వరు?

ఇంద్రుడు

[ఒకవైపునుండి నడచిపోవును]

అహల్య

[నివ్వెరపడి] ఈత డెవ్వరు కావచ్చును?

వలపులకో డెకారుగరువంపునడల్ గికురించిపోయెనా
తలపులు ఈసుధామధురతత్త్వము రూపముగొన్న మూర్తి చా
పలముచ నన్యసించెనో స్వభావము తోపగనిక మారు భూ
వలుతగిలించుకొన్న పరజారసికుండగు నేమొ...

పిలిచియడుగుదునా? పధికుడా! నీవెవ్వరవు?

ఇంద్రుడు

[తాపసవేషముతో ప్రవేశించి] తపస్వినీ! సుందరీ! నీ వెవ్వతెవు? నీవు నన్నెందుకు పిలచితివి?

అహల్య

మీ రెచ్చటికి పోవుచున్నారు?

ఇంద్రుడు

మిధిలానగరమునకు వెళ్లెదను. మిథల ఇచ్చటి కెంత దూరము? దేవీ! దయచేసి మిధిలకు మార్గముచూపించెదవా?

సన్నమైన కోకిల కుహూ రావమును, ఎప్పుడో, ఎంతకాలమై నదో, అనుభవించి !

ఓహో! చందిరుడు ఆకాశమున కెక్కిపోవుచున్నాడు. ఎంతటి విశ్వాలంకారము! వనాంగణమంతయు వెన్నెల నిండారి అలముకొన్నది.

(అప్సరసలు నాట్యము సేయుచు వచ్చిపోతారు) ఆహా! ఇది యేమి స్వర్గీయగానము!

హృదయాంతరాళమున ఎట్టె లాలసత మేలుకొనుచు న్నది. ఇక నీ ప్రవాహమును నిలువరించుశక్తి మించిపోయినది. నాయౌవనము నిష్ఫలమైనది. ఈ నానారీజన్మమే వృథాయైనది. చాల ఆలస్యమైనది. శూన్యమైయున్న నాఆశ్రమమును చేరు కొందునా ?

ఇందుడు

[ఆశ్రమములోనికి వెళ్లిఅహల్యను చూచి]

ఎన్నడో స్వర్గవీధి పులకింపగ తేనియపాటజాలుగా
సన్నవిగాలితూపులకె జారినదో! చదలేటి తుంపరల్
వెన్నెలనిగ్గుచింది అరవిచ్చుముసుంగున పద్మవచ్చెనో!
తిన్నగ ఆశ్రమాంగణపథిన్ నడయాడు అహల్యమూర్తియై.

జారుమణిబంధవలయమ్ము సదురుకొనదు
అలతిగమనిక తొందర, కలతనొందు
బాహుపురులు, కాంచీకలాపమ్ము కదలి
పూలురాల్చుట ఎరుగ దా నీలకేశి.

అహల్య

తమ యాగమనముచే నాజన్మయు తరించినది. దయ చేయుడు.

ఇంద్రుడు.

రాజాలను. ఆశ్రమములోనికి రాజాలను.

అహల్య

ఈ రాత్రి ఇట విశ్రమించి సేదదీర్చుకొని నా ఆతిథ్యమును స్వీకరింపుడు. తెల్లవారుజామున వెళ్లవచ్చును.

ఇంద్రుడు.

(లోనికివచ్చును)

అహల్య

ఇదిగో! అర్ఘ్యము - ఇదిగో! పాద్యము. (పాదములు కడిగి ఉదకము శిరస్సున జల్లుకొని) అదిగో, ఆదర్శాసనమును అలంకరింపుడు. మధురములైన ఫలాదులను గొనివచ్చెదను. (లోనికి వెళ్లును)

ఇంద్రుడు

అహల్యయా! అహో! ఏమిసృష్టి! ఏమి అవయవనిర్మాణము! ఇది గౌతమునకు కైవస మెట్లగును?

ఆనడు వాలుగన్నులయొయారపుబిత్తరిచూపు ప్రేమికా
హ్వానము రేపు ముమ్మరమునందగజాలడు మౌని; ఆమె కీ
కానివికారపున్ దపసికామము వెక్కసమయ్యె; చైత్రసం
ధ్యానవమల్లికాకుసుమహారము మోడు వలంకరించునే?

అహల్య

పథికుడా! ఆదుర్గమమైన ప్రదేశము ఇచటి కెంతో దూరము. సంధ్యాసమయమైపోయినది. నా ఆశ్రమమున ఈరాత్రి విశ్రమించి, తెల్లవారుజామునసే వెళ్లవచ్చును.

ఇంద్రుడు

తా మెవ్వరు?

అహల్య

తపస్వినిని.

ఇంద్రుడు

పేరు?

అహల్య

పేరా? పేరు ఏమనిచెప్పుదును! నాకేమియు పేరులేదు. నే నొకసన్యాసినిని అని మాత్రము చెప్పగలను.

ఇంద్రుడు

ఈ ఆశ్రమ మెవరిది? మహర్షి గౌతమునిదేనా?

అహల్య

అవును. ఇది గౌతమాశ్రమమే. వా రిపు డాశ్రమమున లేరు. మహాత్మా దయచేయుడు. (లోనికి త్రోవచూపుతుంది)

ఇంద్రుడు

గౌతమధర్మపత్నీ! అహల్యా! దేవీ! మీదర్శనముచే నా జన్మ ధన్యమైనది.

అహల్య

నేను చెప్పితినిగదా మీకు ప్రొద్దుచాలదు, వెళ్ళలేరని: విశ్రమింపుడు.

ఇంద్రుడు

ఆ బయటి తిన్నెపై పరుండెదను. అచ్చట దీపపు వెలుగుండదు.

అహల్య

వలయునన్న ఇచ్చటను తగ్గించెదను. అభ్యాగతుల సంతృప్తినే ఆశ్రమవాసులు కాంక్షించవలయునుగదా [లేచి పళ్లెరము, లోనికి తీసుకొనివెళ్లును].

ఇంద్రుడు

ఈమెచర్య నాకేమో వింతగానున్నది. కామప్రేరితయై యున్నటు లున్నది. నా యాజ్ఞలను రతీమన్మథులు నెరవేర్చియుందురు. తత్ఫలితముగా ఈమెకు పులకలెత్తియుండును. ఇంతకు నాతపస్సు ఫలించినది. ఈమెపరివేదనము నింకను పరిశీలించి చూచెదను. [అహల్యజాడ తెలిసి, నేలపై పరుండి] నారాయణ, నారాయణ.

అహల్య

[పువ్వులతో ప్రవేశించి] అదేమి నేలపై బరుంటిరా! తప్పు దేవా! తప్పు, లెండు. ఈ దర్భశయ్యపై విశ్రమింపుడు. ఈ పుష్పములు సువాసన నిచ్చునవి. ఇదిగో! గంధము. [దగ్గరకు పోవును.]

నా వాంఛితము నెట్లు తెలుపగలను ! తెలిపినంతనే, నేను దేవేంద్రుడనని తెలిసినంతనే ఏమిమూడునో - ఆసుందరిమన స్సుపై, ఏవియో సుఖస్వప్నములనీడలు ప్రాకుచున్న ట్లున్నవి. [అహల్యకాలిచప్పుడు విని] నారాయణా, నారాయణా.

అహల్య

[ప్రవేశించి] ఈ ఫలముల నారగింపుడు.

ఇంద్రుడు

[ఫలములు స్వీకరించును.]

అహల్య

పాప మెంతదూరమునుండి యే తెంచితిరో ! ఎన్ని దుర్గమా రణ్యముల నిర్గమించివచ్చితిరో ! స్వీకరింపుడు [పళ్లెరమునుండి ఒక ఫలమును తీసికొని ఒలిచి అందిస్తుంది.]

ఇంద్రుడు

నీ కేల ఈకష్టము ? ప్రేమతో బెట్టునది పిడికడై నను చాలుగదా!

అహల్య

ఇదిగో జలము [దొన్నెతో నీరందించును].

ఇంద్రుడు

[అహల్యచేయి స్పృశిస్తూ అందుకొని] దేవీ! నీఆతిథ్య మున కెంతయు కృతజ్ఞుడను. నిజముగా నీసమయోచిత మగు హితవునాలించియుండనిచో, నే నీసరికి తుంబురాశ్రమప్రాంత మునకుగూడ వెళ్ళియుండకపోదును.

అహల్య

[చిరునవ్వుతో ఇంచుక ఇంద్రునిపై కేలూది] మీరు లేవ వలదు; కమండలోదకము కామాతురయగు కాంత దాహము ......చల్లార్చునా ?

ఇంద్రుడు

అహల్యా! అహల్యా!!

అహల్య

రాత్రి సగముదాటిపోయినది. ఏమాత్రము శబ్దమైనను ప్రక్క తాపసకుటీరములవా రెరుంగుదురు.

ఇంద్రుడు

నా ప్రాణమా......అహల్యా! [నిట్టూర్చును]

అహల్య

నీవే నా ప్రాణేశ్వరుడవు, నీవే నా ప్రాణనిధానమవు.

[ఇంద్రుడు లేచును. అహల్య ప్రక్కకు జేరుకొనును.]

అహల్య

ఏదీ ఒక్కసారి నీ అధరము... ఈ దాహము కొంచెము చల్లారునేమో! ఒక్కసారి, నీ బాహుబంధముల నన్ను బిగించుకొనుము, ఈ తాపము తగ్గునేమో! నీకు సేద దేర్చితిని. అదుగో! చంద్రుడు, మన ప్రణయకలాపము నోరగా చూచి తప్పుకొనుచున్నాడు. [నవ్వుతూ అతనిమీద కొరిగిపోకమునుపే]

తెర

ఇంద్రుడు

[లేచి దర్భశయ్యకు జేరుకొనును].

అహల్య

ఈ గంధము నందుకొనుడు. చల్లగానుండును. మేను మరచి నిదురించవచ్చును.

ఇంద్రుడు

[పరుండి] నాకేమియు తోచుటలేదు. అదేమో తల దిమ్ముగానున్నది.

అహల్య

అయ్యో! అదేమి? ఈ గంధముకొంచెము.. [లేచి గంధపు గిన్నె తొందరగా తెచ్చులలో దీప మారిపోతుంది] పోనిండు, దీనిని నొసట పూయుదునా? తలనొప్పి తగ్గునేమో! కొంచెము పాడుదునా, బాధ తొలగి నిదురపట్టునేమో......?

ఇంద్రుడు

దేవీ! నీ సపర్యలచే నీ అపారప్రేమకరుణాతరంగములలో నా హృదయము కల్లోలితమగుచున్నది.

అహల్య

అనుగృహీతను. కాని, నాకు దాహమగుచున్నది. దీపమూ లేదు.......

ఇంద్రుడు

కమండలము కనుపించుటలేదా? నే నిచ్చెద నుండుము... [లేవబోవును]

మాధురి

గురుపత్ని జాడ తెలిసినదా ?

చిరంజీవి

ఆశ్రమములోనే వుందిగా.

మాధురి

ఉన్నదనుకొనుడు. మనఆశ్రమములోనికి ఎవరో ఒకనూతన వ్యక్తి వచ్చిపోవుచున్నాడు.

చిరంజీవి

అంటే మగవాడా ? ఆడదా ?

మాధురి

పురుషుడే. ఒక ఎర్రని అందమైన వయసు తొలుకాడు వాడు. ప్రతిదినము రాత్రి సగముగడచినతరువాత వచ్చు చున్నాడు. తెల్లవారుజామున తిరిగి వెళ్ళుచున్నాడు.

చిరంజీవి

ఆఁ! నిజంగా! ఎక్కడనుంచి వస్తున్నాడు? ఎక్కడికి పోతున్నాడు ?

మాధురి

దూరముగా ఆనదిపై సిద్ధముగానుండుపడవ చూడలేదా మీరు?

చిరంజీవి

పడవలు చూడటానికీ, ప్రయాణాలు సాగించడానికీ నీవు నన్ను వదిలితేగా. అందులో అర్ధరాత్రివేళ......

౪౩ ద్వితీయాంకము

[చిరంజీవిఆశ్రమపుపసారా. సమయము : జాము పొద్దుండగా.]

మాధురి

[ఆతురతతో ప్రవేశించి] ఆశ్చర్యము! అన్యాయము! గగ్గురు పాటుగలిగించుదృశ్యము! ఎవరిని సంప్రదింతును? ప్రక్క తాపస కుటీరములకు వెళ్లుదునా? వలదు. అన్యతాపసులముం దీనింద నీయకార్యమునుగూర్చి వెల్లడించు నగత్యే మింకను రాలేదు. నేనే దీని కేమైన మార్గాంతరము నరయుదునా? ముందు నాథు నితో సంప్రదించెదను. నాథా! కొంచె మిటు వచ్చెదరా?

చిరంజీవి

[ప్రవేశించి] నీ అమ్మకడుపు కాల - "నాథా, నాథా!" దేనికి? ఒకటే కేకలు. ఇంకా నయం, పేరుపెట్టి పిలవలేదు.

మాధురి

ఒక్కమాట.

చిరంజీవి

అంతతొందరమాటా?

మాధురి

ఉం.

చిరంజీవి

అయితే గభాల్న చెప్పేశెయ్. నేనూ ఒక తొందరపనిమీాదె వెళ్ళుతున్నాను.

చిరంజీవి

ఏమోయి! ఎక్కడికీ పరుగెత్తుతున్నావు?

తాపసబాలుడు

నీతో చెబుదామని వస్తే నీవు కనపళ్లేదు. గౌతమమహర్షి తిరిగివస్తున్నారట.

మాధురి

ఎప్పుడు వచ్చేదరు?

చిరంజీవి

నీ కేలా తెలుసు?

తాపసబాలుడు

తెలిసింది. నిజంగానే వస్తున్నారు.

మాధురి

కారణము? ఎందులకు తిరిగివచ్చుచున్నారు?

తాపసబాలుడు

అక్కడ తపస్సు సాగలేదట. రాక్షసులు చుట్టుముట్టి ఘోరాలు చేస్తున్నారట. రాక్షసనాశనం చేయమని కోరటానికి విశ్వామిత్రులు దశరథమహారాజువద్దకు వెళ్లుతారట. గౌతములవారేమో వస్తున్నారు.

చిరంజీవి

గురువుగారికి మనస్సులో ఏం బలంలేదు. పెళ్ళాన్ని వదలిపెట్టి విశ్వామిత్రుడితో ఉండలేకపోయినాడు. అంతే. అయితే నీవు ఎదురుగుండా వెళ్లుతున్నావన్నమాట.

మాధురి

మీది మరీ తమాషా అండీ. మరి నన్ను వేళాకోళం చెయ్యకండి.

చిరంజీవి

ఆడవాళ్ళసంగతే ఇట్లా వుంటుంది.

మాధురి

అక్కడనుండియె వచ్చుచున్నాడు. ఆవైపే వెళ్ళుచున్నాడు.

చిరంజీవి

వస్తే వస్తాడు. వెళ్ళితే వెళ్లుతాడు. మనకేం?

మాధురి

అట్లుగాదు. ఆవ్యక్తి ఎవరో జాడ కనుగొనవలెను, ఇదియే పని. ఆతడెవరు? ఎక్కడనుండును? అట్లువచ్చుటలో అతని అభిప్రాయమేమి? ఇది తెలిసికొనవలయును.

చిరంజీవి

ఏముందీ, ఇలాంటి విషయాల్లో మొగవాళ్లదంతా ఒక్కటే అభిప్రాయము.

మాధురి

అతడు రేపు ఆశ్రమమును వదలి వెళ్లునప్పుడు మీరు ఒక వంక కాచుకొనియుండి పట్టుకొనుడు. వేరొకవంక నేనును సిద్ధమైయుండెదను.

[ఒక తాపసబాలుడు ఆశ్రోవనే తొందరగా నడిచి వెడుతూంటాడు.]

మాధురి

కుమారుకలంగునో తెలిసి, ఘోరముగా శపియించునాడో, త్రొం
దరపడి యేమిసేయునో, విధాత యెటుల్ నొసలన్ లిఖించెనో
తరుణికి, నాదుమానసము తల్లడ మందెను, ఏటిపక్షతుల్
పొరయునో కాపురమ్మునకు, పూర్వమహాఘము లెట్లు త్రిప్పునో!

[ఏడ్చుచు శతానందుడు ప్రవేశించును]

శతానందుడు

పిన్నీ! పిన్నీ!

మాధురి

ఏమిటి నాయనా!

శతానందుడు

అమ్మ కొట్టింది.

మాధురి

ఎందులకు ?

శతానందుడు

నాకు తెలీదు, కొట్టింది. ఈరాత్రే - తనదగ్గరే - పడుకో పెట్టుకోనంది. [ఏడుస్తూ]

మాధురి

నాయనా! నీవు నాతో రా. నాతో ఆడుకో. తెలిసిందా. [శతానందు నెత్తుకొని పోవుచు] ఇదియే హృదయముల పరస్పర స్నేహాకారణమున కలుగు నాకర్షణము.

[నిష్క్రమించును]

బాపనబాలుడు

ఆ! ఆ! [నిష్క్రమిస్తాడు.]

మాధురి

అక్కటా! ఎట్టి విషమస్థితి ఏర్పడినది.

చిరంజీవి

విషమస్థితీ లేదు. గిషమస్థితీ లేదు. వున్నసంగతేమో నేను చెప్పేస్తా. తప్పదు.

మాధురి

నాధా! ఆమె గురుపత్ని. మహర్షి మనసు కలత నొందును. మన కేమిపట్టినది? ఎట్లో ఇంతవరకు వచ్చినది తెలియకపోవునా!

చిరంజీవి

నా కదంతా ఏం తెలియదు. ఆడనాళ్లనా పాపం దలచేది! వ్యభిచారం సాగించింతరువాత ఎవరైతేనేం పాతెయ్యక.

[వెళ్ళబోతాడు]

మాధురి

నాథా! తొందరపడవలదు. మీరేమియు ఈవిషయమున జోక్యము గలిగించుకొనవలదు. [దీనముగా వేడుకొనబోవును]

చిరంజీవి

[వదలించుకొని వెడలిపోతాడు]

మొగ్గలు వసంతవాయువున కల్లన కదలినప్పుడైన కలుగలేదు. నీచెంగావికావిపెదవులయం దెట్టి అమృత ముట్టిపడుచున్నదో, అట్టిసుధాసంపత్తు నాస్వర్గభాండారమునం దెచ్చటను లేదు. [ముద్దిడును] ప్రియా! నీ నున్నని బాహువుల బంధమున కలిగెడు పారవశ్యము వర్షామేఘములలో నర్తించుతటిల్లతయందైన కనుపించుటలేదు. నాప్రియతమా! [ఆలింగనము]

అహల్య

ఇది నిజమేనా ?

ఇంద్రుడు

ఔను!

అహల్య

ఇక నీయీ వాక్కులను విశ్వసింపవచ్చునా!

ఇంద్రుడు

ఏమి! ఎందులకు విశ్వసింపకూడదు?

అహల్య

నీసభాస్థానమున వేశ్యలు నాట్యముసేయుదురుకాదా?

ఇంద్రుడు

వారు నాట్యకత్తెలు; నాప్రియాంగనలుకారు.

అహల్య

శచీదేవి నీ పట్టమహిషికాదా?

[రాత్రి మూడవయామం. కుటీరానికి వెనుకనున్న ఆరామంలో, అప్రశాంతనిశాకామిని నిశ్వాసాలకు కదుల్తూఉన్న కొమ్మనానుకొని, అహల్య, ఇంద్రుడు.]

అహల్య

నీవు దేవేంద్రుడవా ? మాయావీ ! ముందే ఇది తెలిసినచో నిన్ను నాహృదయమున కధీశ్వరుని ఏల చేసికొందును !

ఇంద్రుడు

నాలో ఏమి దోషమున్నది ?

అహల్య

ఒకటేమి... వేలకొలది దోషములున్నవి. నీవు ధూర్తుడవు, వ్యభిచారివి, లంపటుడవు అని వింటిని.

ఇంద్రుడు

అహల్యా! నీ విట్టి వృధాపవాదములపై విశ్వాస ముంచవలదు.

అహల్య

నిజము చెప్పుము. నీవు అహల్యను ప్రేమించుచుంటివా?

ఇంద్రుడు

[అహల్యచేయి పట్టుకొని] సుందరీ! నాహృదయేశ్వరీ! ప్రేమ పరవశవై తడబాటుపడి నాతో మాట్లాడునప్పటి నీనిశ్వాసములలోని సుగంధము నందనారామములోని మందారపు

ఇంద్రుడు

ప్రేమించుచుంటివా యని యడుగుచున్నావా? నా ప్రాణాధికమా! ఇంతటి అధీనపారవశ్యము ఈ ఉజ్జ్వలితమగు ప్రణయము నీకు తెలియుటలేదా?

అహల్య

సరే బయలుదేరుము. నేటితో నేను కళంక మహాసాగరములో దుమికెదను. నీమార్గము నే ననుసరింతును. కాని-కాని-అయ్యో! పుత్రుడు శతానందు డేమగునో!

ఇంద్రుడు

వానిని వదలిపెట్టుము. మీశిష్యుడు శిష్యురాలు వానిని కాపాడెదరు. ఇంకను కొంతరాత్రియున్నది. ఒయలుదేరుము. రమ్ము.

అహల్య

ఎచ్చటకు?

ఇంద్రుడు

స్వర్గమునకు.

అహల్య

వలదు; వలదు; స్వర్గమునకు వలదు.

ఇంద్రుడు

ప్రియా! స్వర్గమునకే వెళ్లకూడదా!

ఇంద్రుడు

ఇంద్రాణి కేవలము రాణియే; నాప్రణయనిధానముకాదు.

అహల్య

వలదు. వలదు. ఇప్పటికైన నీవు వెళ్లవచ్చును. నామనస్సు నుండి ఈస్వప్నచిత్రమును చెరపివేసుకొనెదను. ఏదో అయ పోయినది; ఎవరికిని తెలియదు. వెళ్లుము.

ఇంద్రుడు

ప్రియా! నేను వెళ్లెదను. కాని నాతో నీవుకూడ రావల యును. లెమ్ము, ఇపుడే తీరమున నావ సిద్ధముగానున్నది. పోవుదము లెమ్ము.

అహల్య

వలదు హృదయేశ్వరా! వలదు. ఎందులకు నన్ని అగాధ పంకమున పడద్రోసెదవు. నేను గౌతమమహర్షి పత్నిని.

ఇంద్రుడు

నీ మనస్సునకీ మిథ్యాప్రబోధము నేల చేసికొనెదవు? చాల ముందునకు వచ్చితివి. ఇప్పుడు వెళ్ల వలదు.

ఇప్పుడు ఇంద్రుడు అహల్యయు ఆమరణాంతము విచ్ఛేదము కాని శృంఖలములచే బంధితులైనారు. బయలుదేరుము.

అహల్య

[కంపితస్వరంతో] ఒట్టుపెట్టుకొనుము. నిజముగా నన్ను ప్రేమించుచున్నావా?

ఎచట మనుష్యవాసన లయించగ ఊరుపుగాలి సోకదో
ఎచట ప్రశాంతసీమను మెయిన్ మెయిజేరిచి, పొక్కి- జంటచే
రిచి తలపుల్ చిగుర్పగ చరింతము - నీవును నేను మాత్రమే
అచటికి దారితీయుము హిమాచలమైన, అరణ్యమైనన్.

అహల్య

అచ్చట మన మిత్రుద్రిలాలసనౌకను అపారగంభీరప్రేమ సాగరములో యుగయుగాంతరములవరకును త్రోపాడుకొనుచు వెళ్లుదము.

ఇంద్రుడు

మంచిది, బయలు దేరుము. ఈక్షణముననే బయలు దేరవలయును. శతానందు డేడ్చునేమో! వనమంతయు నిశ్శబ్దముగా నున్నది. ఒక్కపత్రమైనను కదలుటలేదు.

అహల్య

అయ్యో, వర్షము వచ్చుచున్నదే!

ఇంద్రుడు

ఇంకను మంచిదే! అంధకారావృతమైన నిశాకాలమున చల్లగా చినుకులు పడుచున్నవి. ఎక్కడ చూచినను నిశ్శబ్దముగానున్నది. సగము రాత్రి దాటుటచే విశ్వమంతయు అచేతనమై శవప్రాయముగా నిదురించుచున్నది. శీఘ్రముగా లెమ్ము.

అహల్య

లెమ్ము [వెళ్ళదలచును]

[లోపల] అమ్మా! అమ్మా!

అరవిచ్చి చిరునవ్వు విరజాజితీవలు
తారాడు పారిజాతములనీడ
కమ్మనిజవ్వాజిగందమ్ము గుబులెత్తి
అలలైన గాలియుయ్యాలలందు
చదలేటిరాజహంసలు రెక్కలువిదిర్చి
జలకేళి సలుపు దృశ్యమున కెదుర
తరిపివెన్నెలతేట కరుగుక్రొన్నెలరాల
ప్రాసాదమునకు పైభాగమందు
మణులు దార్చిన దివ్యాభరణము లబల
హార కేయూర రమ్యమంజీరములను
దాల్ప; అప్సరోంగనలు వృంతములు వీచు
స్వర్గమునకు నాతోడరా శంకయేల?

అహల్య

ఆస్వర్గలోకపునడివీధులలో దివ్యాంగనలు నావంక వ్రేలెత్తి ఇది భ్రష్టురాలైపోయిన గౌతమమునిభార్య అని చెప్పుకొనెదరు. అప్పుడు నాముఖము లజ్జారుణితమై పోదా?

ఇంద్రుడు

పోనిమ్ము. నేను నీకు ఏకాంతభవనములో ప్రత్యేకముగా ఎవ్వరు రానిచోట నివాసము కల్పించెద.

అహల్య

ప్రాణప్రియా! అట్లుగాదు.

శతానందుడు

అమ్మా! అమ్మా! ఆకలివేయుచున్నది.

ఇంద్రుడు

కంఠము నులిమివేయుము.

శతానందుడు

అమ్మా! ఆకలే.

అహల్య

మరల అదేపని. ఆకలి- ఊఁ- ఆకలి- నీఆకలి నిదే జన్మాంతమువరకు చల్లార్చుచున్నాను. [సమీపించి గొంతుక నులిమివేస్తుంది.]

ఇంద్రుడు

ఈ పాపికి శాశ్వతవిశ్రాంతి దొరికినది. ఇక లెమ్మా. ఆలస్యము చేయకుము.

అహల్య

నే నిప్పు డేమిచేసితిని! కన్నకుమారుని చేతులార మృత్యుముఖమున పడద్రోసితినా?

ఇంద్రుడు

ఇక లెమ్మా. అవిగో పక్షుల కలకలారావములు. [వెలుపలకు వెళ్లును.]

అహల్య

ఏమిచేయుదును? పిల్లవానికి తెలివివచ్చినది.

ఇంద్రుడు

పిల్లవాడు తిరిగి నిద్రించినాడు. త్వరగా లెమ్మా. ఎందుల కాలస్యము చేసెదవు?

అహల్య

సరే! [సిద్ధపడును]

శతానందుడు

[ప్రవేశించి] అమ్మా! అమ్మా! ఎక్కడనున్నావు?

ఇంద్రుడు

బాలకా! ఊరకుండుము. అహల్యా! పిల్లవాని నోదార్పుము. లేకున్న ఈసర్వప్రయత్నము వృథా సేయును.

అహల్య

నాయనా! ఊరుకొనుము.

శతానందుడు

అమ్మా! ఈయన ఎవరు? నీవెక్కడికి పోతున్నావే?

ఇంద్రుడు

ఈనిర్భాగ్యుడు సర్వనాశనము చేసివైచినాడు.

అహల్య

అయ్యో! ఇప్పు డేమి చేయుదును?

చిరంజీవి

వదలకేం. [పెనుగులాడతాడు]

[ఇంద్రుడు వజ్రముజడిపిస్తాడు. చిరంజీవి క్రిందపడతాడు.]

అహల్య

ఇదియేమి? ఏమైనది!

ఇంద్రుడు

ప్రాణేశ్వరీ! ఆలసింపక రమ్ము. [అహల్య చేయిపట్టుకొని లాగుకొనిపోవును].

తెర

అహల్య

మంచిది. తెలిసినది. నేను నరకరాజ్యములోనికి ప్రవేశించితిని. విశ్వాసము, మమత్వము, పుణ్యము, ఔదార్యము- వీని నుండి నేను తొలగిపోవుచున్నాను. పాపముయొక్క కరాళ రాజ్యము ఘోరాంధతమస్సులతో వచ్చి ఈ పృథ్వీతలమును ముంచివేయునుగాక. [వెళ్లుట కుడ్య కర్తరా లవుతుంది.]

మాధురి

[ప్రవేశించి] బిడ్డా! శతానందా! ఎందుల కేడ్చుచుంటి వయ్యా! గురుపత్నీ! నీ వీ వేషముతో ఇంత తెల్లవారక మునుపు ఎచ్చటికి పోవుచున్నావు?

అహల్య

[తనలో] హా! పట్టుబడిపోయితిని.

ఇంద్రుడు

[వెలుపలనుండి] రమ్ము. త్వరగా రమ్ము

[వెలుపల ధ్వనియగును.]

[చిరంజీవి ఇంద్రుని పట్టుకొని ప్రవేశిస్తాడు.]

చిరంజీవి

ఓరి పిరికిపెద్దమ్మా! ఇప్పు డెక్కడికి వెళ్లుతావు?

ఇంద్రుడు

ప్రాణములపై తీపికలదేని వదలిపెట్టుము.

తృతీయాంకము

[క్రమంగా గౌతమాశ్రమమంతా శిథిలమైపోయింది. ఆ జీర్ణకుటీరంలో గబ్బిలాలు కాపురం చేస్తున్నాయి. గౌతములు తపస్సు సాగక తిరిగివచ్చారు. ఆకుటీరంలో కాలు పెట్టగానే ఒక అడనక్క సీత్కారం చేస్తూ ఆయన పక్కగాపరుగెత్తిపోయింది. మాధురికుటీరంవైపు తడబాటుతో వెళ్ళుతూ.]

గౌతముడు

అహల్యా నాప్రియా! ఎందుంటివి? ప్రశాంతమైన ఈ హృదయమున వజ్రఘాతమైనట్లులున్న దేమి?

మాధురి

[ఆతురతతో ప్రవేశించి] మహాత్మా!

గౌతముడు

మాధురీ! అహల్య ఏదీ!

మాధురి

[దీనముగా నిలిచిపోతుంది]

గౌతముడు

ఆశ్రమము శూన్యమైపోయిన దేమి? శతానందు డేడీ?

మాధురి

స్వామీ!

మాధురి

దైవ మట్లే విధించినాడు.

గౌతముడు

[అశ్రువులు రాలుస్తాడు] అభాగ్యుడా ! శతానందా !

శతానందుడు

[ప్రవేశించి] తండ్రీ ! తండ్రీ !

గౌతముడు

[దగ్గరకు తీసికొని వక్షస్థలమున కదుముకొంటాడు.]

శతానందుడు

నేనేమో, ఓ రాత్రే బాగా నిద్రపట్టలా. ఆకలేసింది. అన్నమే అని ఏడిస్తే.........

గౌతముడు

లేచి పెట్టలేదా నాయనా ?

శతానందుడు

ఎవరో ఒకాయనొచ్చాడు - వస్తే - నేనే......

గౌతముడు

[నిట్టూర్చి] పరమేశ్వరా ! నీయనుగ్రహమిట్లు కలిగినదా ?

శతానందుడు

ఆకలేసి నేనేడుస్తుంటే ఆయనకెందుకు? నన్ను కొట్టించాలేం?

గౌతముడు

ఎవ్వరు నాయనా కొట్టినది ?

గౌతముడు

ఏమది చెప్పుము. ఎటులైనను చింతలేదు.

మాధురి

దేవిగారి మనస్సులో ఒకవిపరీతపరివర్తనము కలిగినది.

గౌతముడు

పరివర్తనమా ? ఆమె ఆరోగ్యవంతురాలేగదా ? నా వియోగము/వలన గలిగిన బ్రహ్మచర్యమునకు నియమపాలనమున కామె యోర్చుకొనలేదు. కృశించి శూన్యహృదయముతో ఏదియేని సాహసముచేసి ఆత్మఘాత మొనర్చుకొన లేదుకదా ?

మాధురి

ఆమెమనస్సు మారిపోయినది.

గౌతముడు

అనగా ?

మాధురి

నేను చెప్పజాలను. నాకు నోరాడుటలేదు.

గౌతముడు

నాబిడ్డ, నాముద్దుకుమారుడు, శతానందుడు. నాతండ్రిని నాకుచూపింపుము. [తల పట్టుకొంటాడు] సతీత్వము భంగ పరచుకొనెనా ?

గౌతముడు

భగవద్విలాసము.

మాధురి

ఈ బిడ్డ "అమ్మా" అనుచుండెను. ఏమి చేయుదును! మీ శిష్యుడు ఆమె నన్వేషించుచు బయలుదేరెను.

గౌతముడు

మాధురీ! ఇక నేమియుచెప్పకుము. ఈజీవితముపై శ్రద్ధయు అనురాగము నశించినవి. ఈనిస్సారసంసారమున నే నిచ్చట నిలువజాలను.

మాధురి

ఎచ్చటకు పోయెదరు?

గౌతముడు

దూరముగా కైలాసపర్వతప్రాంతముల కేగెదను. నేనచ్చట దృఢదీక్షతో ఆజగదీశ్వరుని పాదములందు సర్వమును అంకితము చేసెదను.

మాధురి

[ఏడుస్తుంది] తాము నేడేకదా తపోదీక్షవదలి విచ్చేసితిరి. ఇంతలోనే వెడలుటా? ఇచ్చట తపస్సుచేయరాదా స్వామీ!

గౌతముడు

సంతత వేదాధ్యయనములతో ప్రతిధ్వనించు ఈ పుణ్యాశ్రమము, ఏనాడు అవిశ్వాసమునకు తావిచ్చెనో, ఏనాడు విరుద్ధ

శతానందుడు

అమ్మే కొట్టింది.

గౌతముడు

అమ్మయే కొట్టినదా ?

శతానందుడు

కోపంతో వచ్చి నాగొంతు పట్టుకొని నులిపివేసి పోయింది. [ఏడుస్తాడు.]

గౌతముడు

అహల్యా ! మాతృప్రేమకుగూడ దూరమైతివా ?

హే ప్రభూ ! చాలునా ఇంక నీపరీక్ష
ఏ నకించనుడను, శక్తిహీనుడను, అ
నాథభిక్షుకుడను, ఇన్నినాళ్ల కిటుల
కలిగెనా దయ.................

మాధురీ ! నీ వేమైన గుర్తించగలిగితివా ?

మాధురి

లేదు. ఆయన ఎవరో ఒకఅపూర్వపురుషుడు. మన ఈ లోకమున చూచు ఏపురుషునితోను పోల్చుటకు వీలులేనివాడు. వెడలిపోవునప్పుడు అతని మొలలో వజ్రకాంతులతో మిరుమిట్లుగొలుపుకృపాణ మొకటి వ్రేలాడుచున్నది. నేనును, మీ శిష్యుడును, వారిని అవరోధించుటకు ప్రయత్నించితిమి. కత్తి ఝుళిపించినాడు. మీశిష్యుడు మూర్ఛితుడై పోయినాడు. నే ...ట్లో ఈ శతానందుని దక్కించుకొంటిని.

ఈసునువు, నడ కడ జక్కులస కూన,
ఎపుడు మారాము సేతల కెనయువాడు;
ఎట్లు రక్షించుకొనెదవో ఇంక మీద!
కడుపుతీపున ఇంతగా నుడువవలసె.

మాధురి

కన్నకానుపునకన్న మిన్నగా నీతనిని సంరక్షించుకొనెదను.

గౌతముడు

కుమారా! నాప్రాణాధికుడ వగు శతానందా! నిన్ను వదలిపోవుచున్నాను. నీతండ్రి అత్యంతనిష్ఠురుడు. నీవీపసితనముననే మాతాపితృ స్నేహ సౌఖ్యములచే వంచితుడవు. నీ తల్లి నిన్ను వీడిపోయినది. నేనును మమకారశూన్యుడనై నిన్ను వదలి వెళ్లుచున్నాను. నాబిడ్డా! పోయివచ్చెదను. నన్నెప్పుడైన తలంచెదవా? వలదు, వలదు. మరచిపొమ్ము. ఈ నిష్ఠురుడైనతండ్రిని నీస్మృతిపథమునుండి చెరపివేయుము. మూలమట్టముగా వేరుపెకల్చి తీసివేయుము. ప్రియకుమారా! నీకు పుట్టుకలోనే తల్లిదండ్రులు లేరని తెలిసికొనుము. [ముద్దిడుకొనును] మాధురీ! ఈబాలకుని నీఆశ్రయమం దుంచెదను. నాయనా! వెళ్లుదునా? [చుంబించును] మాధురీ! ఈ బాలుని ఎటుల చూచెదవో! వీని కెవ్వరును దిక్కులేరు. నీకు సర్వము తెలియును. మా శతానందుడనిన నాకు ప్రాణములకన్న తీపి. కుమారా! [వెళ్లెద ననినట్లు చుంబించును] అమ్మా! క్షమిం

సంప్రదాయములు చలరగ ఇచట స్థాన మొప్పించుకొనినవో ఆనాడే నా కిచ్చట స్థానము నశించిపోయినది.

లేదు లే దింక తా వికలేదు నాకు
సత్యము నశించె అజ్ఞానసాంద్రమైన
చీకటులు క్రిమ్ముకొని నేత్రసీమ నలమె
వెలుగు రేకలకై ఇలు వెడలువాడ.

ఏల తలదిమ్ము? కన్నుల కేమిసుంగు?
కాలు సాగదు - హృదయమో కదలిపోయి
జాలుగా - సోనగా, శూన్యసాగరముల
కలియునో - స్పందనమె లేదో? తెలియలేను.

మాధురి

మీస్థితి నా కత్యంతము జాలిగొలుపుచున్నది.

గౌతముడు

ఈ వేదనకూడ ఆమహాప్రభుని లీలావిధానమే యగునని భావించుచున్నాను. ఇంతకాలము మాయామోహమున పడి ఆత్మీయసుఖలాలసుడనై, ఆవిశ్వేశ్వరుని విస్మరించితిని. ఇందులకే కాబోలు దయామయుడగు నాస్వామి, ఆశాపాశములను త్రెంపి ఈ అకించనుడగు దాసుని తన వైపు లాగుకొనినాడు. జగదీశా! ధన్యుడవు. నీకల్యాణమయ సంకల్పము సిద్ధించు గాక! [భగవానునకు మ్రొక్కి] మాధురీ! నాప్రాణాధికుడగు కుమారుని నీచేతులలో పెట్టుచున్నాను. ఎట్లు చూచుకొనెదవో!

పలుగురిలో ఇంత నగుబాటు కలుగునే
యను చింత, తలవాల్చి యట్టెనిలచె
వృద్ధాప్యమున తీవ్రవేదన పడలేక
పయనమ్ములో తడబాటు కొనియె
పడియున్న గుడిసెలోపలకు మాటికి బోయి
తడియారునాల్క ఆర్ద్రముగ సేయు
గీ॥ అకట ! మునిలోకమూర్ధన్యుడైన ఈమ
హానుభావున కిటుల సేయంగతగున !
ఓ ప్రభూ ! గుండెలూ కదల్చునోయి నాకు
ఇంత అన్యాయపున్ సృష్టి ఎట్లు కలిగె?

తెర

పుము. ఈ అభాగ్యుడు వృద్ధగౌతముని క్షమింపుము. కష్టమో, నిష్ఠురమో జాగ్రత.

మాధురి

[ఏడ్చును]

గౌతముడు

వెళ్ళివచ్చెదను. ఒకసారి - ఒకసారి మాత్రమే పుత్రునివదనము మూర్కొనెదను. తండ్రీ! నాప్రాణమా! నీతండ్రికి, ఒక్కసారి ఒక్కసారి, ముద్దీయవా [వదనము మూర్కొని] నాయనా! తండ్రీ యని ఒక్కమారు పిలువుము. చెవులార విని పోయెదను.

శతానందుడు

తండ్రీ! తండ్రీ!

గౌతముడు

నేను పోజాలకున్నాను. కుమారా! అమృతము తొలుకాడు మృదుస్వరముతో నన్నేల పిలచితివయ్యా! ఇపుడెచటికి పోగలను? వత్సా! వత్సా! వత్సా! [దగ్గరకు పోబోవువరకు ఏదో భావం వెనుకకు మరలుస్తుంది. వెడలిపోతాడు.]

మాధురి

అమ్మా యనుచు పుత్రు డనుకంపతో నేడ్వ
చూపుల కన్నీరు లాపుకొనియె

చిరంజీవి

[హతాశుడై నిట్టూర్చి] ఇంకా వెళ్ళలేదా? చెపుతే వినవేం? ఇదే నీలో వున్న దోషం.

మాధురి

స్వామీ! ఇటు లాజ్ఞాపింపకుడు. మీరు నాకు నాథులు. నేను మీకు భార్యను. మీ నాయునికి ఎచటనో నాయునికియు అచ్చటనే. భార్య ఛాయవలె పతివెంట నంటియుండవలెనని శాస్త్రము లుద్ఘోషించుచున్నవి.

చిరంజీవి

శాస్త్రాలనుబట్టే చూస్తే మగవాడి అవస్థ చెప్పుకుంటే తీరేటట్టులేదు. ఎక్కడికి వెళతాడో అక్కడికల్లా తన నాతి తప్పదా? కాస్తయినా శెలవులేదా? మొగవాడు వెనక జన్మంలో ఏంపాపంచేసుకున్నాడో బాబు! ఇప్పటికైనా వెళ్ళిపో. లేకపోతే చెడతావు చెపుతున్నా. వెడతావా? వెళ్లవా?

మాధురి

వెళ్లను.

చిరంజీవి

[పాడుకొనును.] ఇదుగో భూతకివలె ఎక్కి నామీద స్వారి చేస్తావా? ఇప్పటికైనా వెళ్లకపోతే ఇక్కడనే మెడకాయ విరిచి, చావగొట్టి, గొయ్యితీసి, గోతిలో పెడతా. సంధ్య

[గౌతములు తపస్సుకు వెళ్లారు. పాపం చిరంజీవియొక్క పాషాణం లాంటిహృదయం ఊగి, కరిగిపోయింది. తానుకూడా ఆయనతో వెళ్లుతానని ఒయిలు దేరుతాడు. మాధురిలేకుండా వెళ్ళాలని అతని ప్రయత్నం. మాధురి పతిప్రాణ. ఎలా మానుకుంటుంది? సరే ప్రయాణమైనాడు. ఇది దోవలో..............]

చిరంజీవి

నీవు నన్ను ఇంతకు వదలిపెట్టవా యేం?

మాధురి

స్వామీ! అట్లెన్నడును జరుగదు.

చిరంజీవి

ఇప్పటికైనా చెపుతున్నా, నీవు వెళ్లిపో.

మాధురి

ఎందుచేత? నేను మీకేమి అనిష్టము చేయుచున్నాను?

చిరంజీవి

అనిష్టమా - అంతా అనిష్టమే చేస్తున్నావు. నీవు నెమ్మది నెమ్మదిగా నాకాళ్ళకు చుట్టుకొనిపోతున్నావు. వెళ్ళిపో. వెళ్ళవు?

మాధురి

వెళ్ళజాలను.

[దేవరాజు ప్రత్యేకభవనంలో అప్సరసలు నాట్యంచేస్తూంటారు. అమృత పానము, గానము. ఆమహానందంలోకూడా ఇంద్రుడు పరధ్యానంగానే ఉంటాడు. శచీదేవి వస్తుంది. ఇదంతా చూచింది శచీదేవి.]

శచి

మీ కేమియు పనిలేదా? వెడలిపొండు. [అప్సరసలు ప్రక్కకు ఒదిగిపోతారు. దేవరాజుఎదురుగా వస్తాడు.]

ఇంద్రుడు

నీకొరకెదురు చూచిచూచి ఇప్పుడే ఇటు వచ్చితిని.

శచి

నాకొరకా? నాకొరకు నిరీక్షించుటా ! ఇది ఎన్నాళ్ళ నుండి ?

ఇంద్రుడు

నిజముగా మందాకినీతీరమున చల్లగా, మెల్లగా, ఉయ్యాల ఊపుతో గాలి విసరుచున్నది. సగమురాత్రి దాటుటచే పారిజాతముల మొగ్గలు వికసింప మొదలిడినవి. అప్పుడు, శచీ!...

శచి

అభిమానముకూడ లేదు. నా పేరెత్తి పిలచుటకు మీ కేమి అధికారమున్నది ?

ఇంద్రుడు

ఆగుము, చెప్పనిమ్ము.

పడుతూంది. ఈ రాత్రి ఎవరూ వచ్చిపోయ్యేవాళ్లు లేనట్టుగా వున్నారు

మాధురి

అంతటి మహాపరాధము నే నేమి చేసితిని స్వామీ?

చిరంజీవి

నీవు రాక్షసివి. పిశాచివి? ని ఆగ్రహానుగ్రహాలవల్ల, స్నేహంవల్ల, చేసేచాకిరివల్ల, రాత్రింబగళ్లు నన్ను కట్టివేతా మనుకున్నావు. నామీద గారడీచేస్తావు. మంత్రాలు చదువుతావు. నా సర్వనాశనం చేయడానికేనా ఈ ఉపాయాలు! ఇప్పుడిప్పుడు నేనుకూడా ప్రేమిస్తున్నానేమో అనిపిస్తుంది.

మాధురి

ఏమైన ప్రేమించుచుండినచో దానివలన నష్టమేమి? భర్త భార్యను ప్రేమించుచుండినయెడల అది యొక దోషమగునా?

చిరంజీవి

మళ్లీ వాదనమొదలుపెట్టావు, వెళ్లిపోవా అంటే !

మాధురి

వెళ్లజాలను స్వామీ!

చిరంజీవి

అరే బాబూ, పులి మింగేసిందిరా [మాధురిని కొట్టి క్రింద పడవేసి పారిపోతాడు].

తెర

ఇంద్రుడు

నేను నిన్ను ప్రేమించుటలేదా - ప్రేమించుటలేదా ?

[దగ్గర అమృతపాత్రిక తెచ్చి అందిస్తాడు. శచి వలదంటుంది]

శచి

అప్సరస్త్రీలకన్న సామాన్య మానవాంగనను సౌందర్య రాశి యనిభ్రమించినప్పుడే తెలిసినది - ప్రేమ యన్న మీ కెంతఅర్థ మైనదో...

ఇంద్రుడు

శచీ! నీపై ప్రేమలేకున్న నీకడ కేల వచ్చెదను? ప్రేమికులు వ్యాఖ్యానములచే ప్రేమ నిరూపించుకొననొల్లరు.

శచి

మాటలనేర్పున కేమి కొదువ? ఆమె అప్సరసలకన్న ఎంత మిన్నయైనను, మనుష్యాంగనయే కదా! ఆమెను స్పృశించిన మాత్రముచేతనే మీరు కలుషితులైరి.

పులోమకన్య ఇంద్రాణి నిక తాకనైన తాకకూడదు... [వెళ్ళిపోతుంది]

ఇంద్రుడు

శచీ . శచీ... [వెంటే వెళ్ళుతాడు]

తెర

శచి

ఏమియు చెప్పనవసరము లేదు. దేవేంద్రా! దేవేరిని వదలి, ఇంతకాలమునకు మనుష్యాంగనపై మరులెత్తనలసివచ్చెనా?

ఇంద్రుడు

కోపమన్న ఎరుగనిదానవు, శచీ! ఇటు రమ్ము.

శచి

రంభా, ఊర్వశీ, మేనకాదులతో, అమృతముత్రావి ప్రమత్తులై నాట్యము త్రొక్కుచుంటిరి. సహించితిని, ఏదో దేవతాంగనలె గదా యని. మానవస్త్రీలకొరకును ప్రాకులాడు స్థితి పట్టినదా తుదకు?

ఇంద్రుడు

నీవు సత్యమును గమనించుటలేదు.

శచి

మీరు స్వర్గమున కధీశ్వరులుకాదా? మీస్థాన మెంత యున్నతమో, మీరు మరచియే పోయితిరి.

ఇంద్రుడు

ఔను! అహల్య మానవాంగనయె. కాని, ఆమె సౌందర్య రూపరేఖావిలాసములు, అహో! అప్సరోంగనలను లజ్జితులను చేయజాలునవి.

శచి

మీరు లంపటులు. కాముకులు, హృదయములోని ప్రేమ పరివేదనము తెలియనివారు. వియోగినియగుప్రియురాలినిశ్వాస మాధుర్యమునకు కరగిపోని కఠినపాషాణహృదయము మీది.

ఇదియేమి ! నాకుమారుడు పిలుచుచున్నాడా ? ఇది యెమో ప్రతిధ్వని- కల్పనము, కల్పనమా ? కాదు ఇది కల్పనముకాదు. ఇది ఈ భూవలయము క్రిందుగా, ఆకాశపు టంచులనుండి, ఈ రోదనశబ్దము వినపించుచున్నది. జగదీశ్వరా ! కామము యొక్క ప్రలోభములోపడి స్త్రీ ఇంతటి గ్రుడ్డిదియై పోవునా? తల్లి ఇంతటి మమకారశూన్యురాలై పోవునేమి ? మరల నాపుత్రుడు పిలచుచుండెనా యేమి ? తండ్రీ ! వచ్చుచున్నాను. నేనా పాప కళంకమును నానెత్తురుతో కడగి వేసెదను. ఇదిగో నావద్ద కటారియున్నది. క్షుద్రశస్త్రమా ! నీవింత క్షుద్రమరాల వైనను ఇంత భయంకర మూర్తివా ? నాప్రియశస్త్రమా ! ప్రాణాధికుడగు వలపురాయని వలె నా హృదయమును హత్తుకొనుము. అహల్యాదేవి వేడినెత్తురులన త్రాగివేయుము. కళంకితమైన అహల్యనామము, ఈ ప్రపంచము నుండి రూపు మాపుము. తండ్రీ ! శతానందా ! మరల పిలుచుచుంటివా ? వచ్చుచున్నాను. అచటనే నిలువుము. నిలు. [కత్తితో పొడుచు కోవాలని ఎత్తింది]

[లోపల] హత్యయా ! అహల్యా ! ఆగుము ! ఆగుము ! ఉపభోగించుకొనుము.

అహల్య

[కత్తిని క్రిందపారవేసి] అహల్యా ! నీపాపములు పక్వము కాలేదు. ఇపు డెక్కడిమరణము! "ఎంతవరకు జీవితముండునో ఎట్లుపీలగునో అంతయు నుపభోగించుకొనుము." అని ఆ ఆకా

[అహల్యా ఇంద్రుల ఏకాంత స్వర్గం సుగంధధూమాల చిరు మేఘాలు పరుగెత్తుతున్నయి భవనానికిపైగా. ఎటుచూసినా నిశ్శబ్దం - ఆనందం - అక్కడ అడుగుపెట్టితేనే చాలు. శరీరం మనస్సు, సర్వం అవశమై పోతూంది. ....]

అహల్య

భూమండలమంతయు గ్రుమ్మరితిని. జనపదములు, మైదానములు, పొదరిండ్లు, ఉపవనములు, పర్వతశిఖరములు తిరిగి తిరిగి వేసారితిని. సుఖమన్నదలేదు. సౌఖ్యమెచ్చట నున్నది? సంతతము హృదయపుటమును చీల్చి, మర్మభేదనము సేయుచు, దీర్ఘనిశ్వాసమొకటి వెడలుచున్నది. చెదరిపోయి ధీరత్వమెడలిన చిత్తమునకు అనంతవిషాద మలముకొనుచున్నది. తీవ్ర సంయోగమదిరాపానముచే ఒక్కముహూర్తకాలము ఈ తీక్ష్ణ బాధానుభవమును మరచిపోవుచున్నాను. కాని, అప్పుడే నా పాపమంతయు ఆకృతిదాల్చిన విరాటమూర్తి, ఆగి యాగి, కన్నులయెదుట నృత్యముసేయ మొదలిడుచున్నది. కన్నులెత్తి చూతునా ఏది అగాధమును అంధకారగర్భితమును, నన్ను కబళించివేయుటకు ఏది నిరంతరనిజకరాళవక్త్రమును తెరుచుకొని యున్నదో, అట్టి భయంకరాఖాతము నా యెదుటనే కనిపించుచున్నది అంతయు ఇట్లు పరిణమించినది! ఇందులకే ఈ పాపిని, నిందాస్పదమైన వ్యభిచారమును, పుత్రుని హత్యయు చేసినది. ఆపసివాని అంతిమ రోదన శబ్దము నేటికిని ఈచెవులలో గింగురెత్తుచున్నది. "అమ్మా, అమ్మా"

ఇంద్రుడు

ఏదినము ?

అహల్య

నీవు ఆనాడు నాచెంతనేయుంటివి. ఆనాడె ప్రశాంతస్వచ్ఛ సుందరుడగు చందిరుని సంగట ఈ యుజ్వలమైన తారకలే ప్రకాశమానమగుచుండెను. అపుడె మంద వాయువులు వీచుచు మనసునకు పారవశ్యము కలిగించెను.... అపుడె మనము... దూరమున......

ఇంద్రుడు

ఆనాటిమాట అటులుంచుము. నేనిప్పుడు నీతో ఒక దారుణ మైనమాట వినిపించవలసి వచ్చితిని.

అహల్య

ఏమి ? ఏమివార్త ?

ఇంద్రుడు

అహల్యా ! నేడే నిన్ను నేను వీడిపోవలసి వచ్చును.

అహల్య

ఎక్కడికి వెళ్లెదవు ?

ఇంద్రుడు

స్వర్గమునకు.

అహల్య

స్వర్గమునకా? ఎందులకు? ఇదియే మనకు స్వర్గము కాదా ? ఇచటనే - ఇచటనే - చేతితో చేయి - అధరముతో అధరము -

శమే పలికినదో! అంతరంగమే ఘూర్ణిల్లినదో!

[లోపల దివ్యగానము]

అహల్య

అమృతతుల్యమైనపాట! పూవు తేనియల చవులూరించుపాట! అహాహా! నావయసు వలపించిన ప్రాణప్రియా! ఎచ్చటనుంటివి? హృదయమున వలపుకై పే అగ్నియై, జ్వాలయై పోవు చున్నది.

ఇంద్రుడు

[ప్రవేశిస్తాడు]

అహల్య

ఆవేశంతో నిష్ఠురుడా! అహల్యను వదలి ఇంతవరకెక్కడ నుంటివి? రమ్ము, ప్రియతమా! రమ్ము. నేడింత వ్యాకుల ముగా నుంటివేమి?

ఇంద్రుడు

కారణము నాకును తెలియుటలేదు.

అహల్య

మనస్సునుండి విచారమును దూరీకరింపుము. నేను నీచెంత నుండగా, ఇంకను నీ ముఖమండలము కాంతి విహీనమై యున్నదా? రేవెలుంగురాయని కన్నెకలుపుచే నిశాకాంత చిరునవ్వుచున్నదో యన, పున్నమచందమామ వెన్నెల వెలుంగు లెంత మనోహరముగా విరిసికొనుచున్నవో చూడుము. ప్రియుడా! ఆ యమృతదివసము జ్ఞప్తియందున్నదా?

నాటి సన్నగిలిన అనురాగపు కలయికలు శిథిలపారవశ్యము చూచి ప్రేమవాహిని తీసిపోవుచున్నదని ఇంకను నీవు తెలిసి కొనలేదు కామము యొక్క అగ్ని ఆరిపోయినది. దాహము తగ్గిపోయినది.

అహల్య

ఏమిది "కామముయొక్క అగ్ని ఆరిపోయినది. దాహము తగ్గి పోయినది." నేనునిద్రించుచుంటినో మేలుకొనియే యున్నానో తెలియుటలేదు. స్వప్నమును గాంచుట లేదుగదా? దాహము తగ్గిపోయినదా? ఓప్రభూ! జగత్తులో ఎచ్చటనైన ప్రేమ పిపాసచల్లారిపోవునా? నాదాహముమాత్రము చల్లారలేదు. దేవేంద్రా! నిజముగా ననుచుంటివా? నేను నీ ప్రేమపిపాస చల్లారిపోయెనా?

ఇంద్రుడు

అహల్యా! నీవిప్పుడు చిన్నపిల్లవుకావు. ఇంతవరకును నే నెట్టి బంధనమున దగుల్కొనియుంటినో అది ప్రేమబంధ నము కాదు. లాలసపురస్సరమైనది.

అహల్య

నిజమేనా? నిజమునే వచించుచున్నావా? అది ప్రేమ కాదా? కామమా? [చెట్టునానుకొని నిలచిపోవును.]

తెలిసెను, ఇన్నినాళ్ళతరితీపుల వంటవలంతి పోడుముల్
కలచినమానసమ్మునకు కామము శాంతిలెనేమొ ప్రేమవి
హ్వాలత పెనంగి రాచుకొని హత్తుకొనక, ఇటు వేయిజన్మముల్
మలగుననుగాక, ఒక్క అణుమాత్రము చిత్తముమారునా! ప్రియా!

వక్షస్సుతో వక్షము - పొదివిపట్టి సుఖింపుము. శిరస్సుపై అనంతాకాశము విస్తరించియున్నది. పాదములక్రింద విశ్వము యొక్క మధురోచ్ఛ్వాసమున్నది. ఏమి? ఇది స్వర్గముకాదా! లేదులేదు. నాధా! ఈసృష్టినుండి స్వర్గరాజ్యమను నామధేయమే లేకపోవుగాక! నేను స్వర్గమునకు రాజాలను.

ఇంద్రుడు

నీవురావా? అటులైన నేనొంటరిగనే వెళ్ళవలసివచ్చును.

అహల్య

ఒంటరిగా! ఒంటరిగ వెళ్లెదవా? మరి నేనో?

ఇంద్రుడు

నీవా - మిధిలాపట్టణమునకు పొమ్ము. నీ ఆశ్రమములో నుండుము.

అహల్య

ఏమి చమత్కారము!

ఇంద్రుడు

చమత్కారముకాదు. నిజముచెప్పుచున్నాను. అహల్యా! తెలియుటలేదా?

అహల్య

ఏమో నాకేమియు తెలియుటలేదు.

ఇంద్రుడు

ఐతే విను. ఇంతకాలము నీతో సౌఖ్యపడి నాకామము శాంతించినది. ఇప్పుడు నా కాసౌఖ్యము పైతలపు పోయినది. ఈ

నేను చులకన చేసుకొంటిని. నీవెంటనుండుటకు వేయివిధముల తృణీకరించితిని. అయినను-అయినను-నిన్ను నేను ప్రేమించితిని. ఇప్పటికిని ప్రేమించుచున్నాను. నిన్ను సర్వదా ప్రేమించుచుండ గలను. జీవన మరణములలో నీవే నా ప్రాణేశ్వరుడవు.

ఇంద్రుడు

అహల్యా! ఈయుక్తియు, తర్కము నునిష్ఫలము. నేనుస్వర్గ రాజ్యాధినేతనగు దేవేంద్రుడను. నీవు మనుష్యస్త్రీవి. నాకును నీకును ప్రేమసంబంధము కలుగుట ఎప్పుడైన సంభవమా ?

అహల్య

అసంభవమే యగుచో నీ వెందుల కీ కులాంగనను మోహ గించి కళంకితను జేసితివి ? నన్నుచటనే పలయుండనీయక పోయి తివి ? ఆ శాంతిమయపుణ్యాశ్రమమునుండి నన్నేల ఈడ్చుకొని వచ్చితివి ? ఏవో నాక్షుద్ర సుఖదుఃఖములతో నే నచ్చట పడి యుంటిని. నీవు ఆనిండుజాబిల్లి వెలుగువెల్లికలు పూర్ణీభవించిన నిశాకాలమున, మునిమాపుగాలివిసరులతో, కోకిలకుహూరా వములలో నాకెందులకు కనుపించితివి ?

ఇంద్రుడు

నీ యీ ప్రలాపమంతయు కేవలము నిరర్థకము. అహల్యా! వెళ్ళుము. ఇదియే నీకు శ్రేయస్కరము.

అహల్య

[దీర్ఘముగ విచారించి] ప్రియతమా ! నీతో ఇంచుక చెప్ప వలసియున్నది [చేయి పట్టుకొంటుంది.]

ఇంద్రుడు

అహల్యా! వెళ్లుము.

అహల్య

ఎక్కడకు ?

ఇంద్రుడు

నీ స్వస్థానమునకు.

అహల్య

నా దేశమునకా? ఎవరికడకు ?

ఇంద్రుడు

ఇంతకాలమునకు గౌతములు ఆశ్రమము చేరినారు.

అహల్య

ఏమనుచున్నావు? లంపటుడా! ఎవరిపే రెత్తుచుంటివి, ఆ పవిత్రనామము నీరసనాంచలము సోకరాదు. వారివద్దకు వెడలిపోవలెనా ? [నవ్వి] మంచివత్తే ఇది. ఈ నగుబాటుమాట నీనోటకసలెట్లు వచ్చినది? ఏనాడు నీరసభావముతో ఆపవిత్రాశ్రమము వదలి వచ్చితినో ఆనాడే ఆపుణ్యభూమియం దడుగిడుట కధికారము సైతము నశించిపోయినది.

ఇంద్రుడు

అహల్యా! అహల్యా! ఇటువినుము.

అహల్య

ఆనాటినుండియే - ఆనుహానరకలోకములో నీవే నా సర్వస్వమవు, హృదయవల్లభుడవు, జీవనభాగధేయమవు. నన్ను

పుష్పముల ముగ్గలచాలువల ధాళధళ్యముగు సవెలువయిన, సౌందర్యముతొలికి నిగ్గుదేరిన దేహాలత, వలపు కైపెక్కి విశాలములైన యీ కన్నులను, ఈ చిక్కని సుధాప్లావితమగు కావిమోవిని, చూడుము. చూడు. ఈ ఒలిసి పొంగెత్తిన వక్షస్థలము చూడుము. ఎంతటి సురూపసుధామదిరాసవము కావలెనో, అంతయు నొసంగెదను. ఎంతకావలయునో అంతయు త్రాగివేయుము - కాని వెళ్లవలదు.

ఇంద్రుడు

నీ వినయము, లాలనము నిష్ఫలము. నేను వెళ్లెదను.

అహల్య

నిజముగానా ? వెళ్లితీరెదవా ? ధూర్తుడా ! వెళ్లెదవా ? ఏ కులకాంతను మోసగించుటకు వెళ్లెదవు ? నాముఖముపై కళంకకాళిమము నలది సుఖించెదవా ? మూర్ఖుడా ! మమత్వశూన్యుడా ! లంపటుడా ! నన్ను ఉన్నచోట నుండనీయక నరకమున బడద్రోసి స్వర్గమునకు వెళ్లెదవా? వెళ్లెదవా? ఇంద్రా! పొమ్ము. కాని నాకమునకుకాదు - నరకకూపమునకు.

[నడుమునుండి కత్తితీసి ఇంద్రుని భుజములమధ్య మొదలంట పొడిచివేస్తుంది.]

ఇంద్రుడు

ఓః [కూలిపోతాడు] రాక్షసీ! ఎంతచేసితివే?

అహల్య

ఈ చేతితోడనే నా కడుపారగన్న పుత్రుని హత్యజేసితిని.

వదలుము. చేయివదలుము.

అహల్య

ఇంత మనస్సు విరిగిపోయెనా ? మమత్వ శూన్యుడా ! నిష్ఠురుడా! పొమ్ము. స్వర్గమునకు పొమ్ము. అహల్యను మరచిపొమ్ము. లేదు. దేవేంద్రా ! నీవామెను మరచిపోజాలవు. పొమ్ము, స్వర్గమునకే పొమ్ము. కాని నీహృదయములో, రక్తములో, నా స్మృతి సర్వదా కలసి యుండునని జ్ఞప్తియం దుంచుకొనుము. పొమ్ము, పొమ్ము. నిద్రించినను, మేలుకొన్నను, నడచినను, ఎల్ల వేళలను, నాభయంకరచ్ఛాయలు చూచుచు ప్రకంపితుడవై పోయెదవు. వెళ్ళుము; స్వర్గమునకు వెళ్ళుము. నేను అనంత పీడాస్వప్నమువోలె నీయనంతజీవితము నంటియే యుండెదను.

ఇంద్రుడు

మంచిది. అహల్యా! నేను వెళ్ళుచున్నాను [వెళ్లబోతాడు]

అహల్య

[ఇంద్రుని పట్టుకొని కాళ్లపైబడి] ఎక్కడకు వెళ్లెదవు? నాప్రియతమా, వెళ్లవలదు. ఇంతవరకు నేను యువతినే. నీవు దశవర్షములీ సర్వాంగసుందరశరీరమదిరాపానము జేసితివి. కాని ఈమదిరాపాత్రమువంక తిలకింపుము ఇంకను మిగిలి యున్నది. నేను, ఇంకను ఇంతకన్న అధికముగా నొసంగగలను. కొంచెము కనులెత్తి ఈదట్టమైన, మెత్తని, నీలితళుకులు నిగారించు తెగబారెడు కేశకలాపము చూడుము. కుంద

చతుర్థాంకము.

[గౌతమాశ్రమానికిదగ్గర మునిపల్లెలో వీధి. సంజప్రొద్దులు జారిపోతున్నవి. ఆకాశం మేఘావృతంగాఉంది. వర్షం వస్తుందేమో అనేట్టు పెద్ద ఉరుములు! ఒక్క సుడిగాలి రివ్వున లేచి ఆకులు దూళి అన్నీ అహల్యకళ్ళలో పడి ఉక్కిరిబిక్కిరి చేసినై. ఆక్షణం, చెట్టుక్రిందనుంచి ఒయట పడకపోతే కొమ్మవిరిగి తలబ్రద్దలయ్యేది ...... అట్లాగే నడుస్తూ]

[అహల్య ఒంటరిగానిలువబడి ఉంటుంది.]

అహల్య

ఆ దేవదారువృక్షమూలమునకు జేరుకొందునా? కాళ్ళు పగుళ్ళువారి నెత్తురులు కారుచున్నవి. కన్నులనుండి నిప్పులు రాలుచున్నవి. ఓ దైవమా! [కూర్చుంటుంది] ఆకోలాహలము చేయుచు వచ్చుచున్న జను లెవ్వరో మునిపల్లియ నివాసుల వలె నున్నారు.

[పురవాసులు ప్రవేశిస్తారు]

పురవాసి ౧

కాదు అదిఅబద్ధము.

పురవాసి ౨

శతానందఋషే ఈవిషయం స్వయంగా చెప్పాడు.

౮౫ చతుర్థాంకము

కుత్తుక నులిమి వాని నరములలోని వడనెత్తురుల ప్రవాహ వేగమును నిలిపివేసితిని. నేడు, అదే హస్తముతో ఈ రక్తముతో ఆ రక్తముయొక్క ప్రతిహింసాఫలమును బొందగలిగితిని. దేవేంద్రా! ఇంతకాలమునకు నీ ప్రియురాలిని చూచుకొంటివా? నే డారమణీమూర్తియే ప్రళయభైరవమూర్తియైనది. ఇక్కడనే కుళ్లుము. ఇక్కడనే చావుము. అడవిలోని నక్కలు, గృధ్రములు, నీయీ కళేబరము నారగించి సంతృప్తమగునుగాక. [ఉన్మాదినివలె సంరంభం చేస్తూ వెళ్లిపోతుంది.]

ఇంద్రుడు

పిశాచీ! హంతకీ! ఓః.

[గౌతముడు చిరంజీవి ప్రవేశిస్తారు.]

చిరంజీవి

అరే! ఈ పడిపోయిం దెవరు? కదలడు, మెదలడు. ఒళ్లంతా నెత్తుట్లో ముంచెత్తినట్టుగావుంది. కొట్టినవాడు ఎక్కడికి పోయినాడో?

గౌతముడు

నాడి పరీక్షించెదనా? [నాడిచూచి] ఇంకను జీవములున్నవి. చిరంజీవీ! ఆశ్రమములోనికి తీసుకొనివెళ్లుము. స్మృతి కలిగించెదను. ఇతనిని రక్షించగలుగుదునేమో!

[ఇంద్రుని లేవనెత్తుకొని వెళ్లుతారు.]

తెర.

పురవాసి ౨

అన్నా! పాపి అహల్య పేరెత్తకురా.

పురవాసి ౪

అది మహాపాపిరా !

పురవాసి ౨

పీశా చంటె !

పురవాసి ౪

పతిని మోసగించి పరాయివాడితో...మనకెందుకు ?

అహల్య

[ముందునకువచ్చి] ఆశ్రమవాసులారా! అహల్యనునిందించు చున్న మీ రెవ్వరు ? ఏకకంఠముగా ఇన్ని నిందావాక్యము లాడుచున్నా రేమి ?

పురవాసి ౧

అమ్మా ! నీవెవ్వరు ?

అహల్య

ఈమార్గమున నిలచి మీరెవ్వరి పేరు చులకనజేసి మాటాడుచుండిరో ఆపెనే నేను. ఆశ్రమవాసులారా ? నేనే అహల్యను.

పురవాసి ౨

ఏమిటో అంటుంది.

పురవాసి 3

నిజంగా నీ వహల్యవేనా ?

పురవాసి ౩

శతానందఋషి ఎవ్వరు?

పురవాసి ౨

గౌతముని కుమారుడు.

పురవాసి ౧

ఎప్పుడు చెప్పాడు ?

పురవాసి ౨

నిన్న వేకువవేళ.

అహల్య

[లేచి] ఇది నిజమేనా? నేను స్వప్నమునుగాంచుచున్నానా! శతానందుడు జీవించియున్నాడా? జీవించియున్నాడా! పరమేశ్వరా! నిన్ను ప్రార్థించుచున్నాను. ఈవార్త యథార్థమగునుగాక!

[ఇంకకొందరు పురవాసులు ప్రవేశిస్తారు]

పురవాసి ౩

పురుషుని ధర్మమా దానికి ఇంద్రుడేసాక్షి.

పురవాసి ౪

సతీత్వానికా ! దానికి అహల్యయే సాక్షి.

పురవాసి ౩

అభాగ్యదామోదరుడా ! గౌతముడు

పురవాసి ౪

పాపీ ! అహల్యా ! అవమానము నీచము.

శతానందుడు

ఏమిచేసినది? [అహల్యతో] నీపే రేమిటమ్మా?

అహల్య

నన్ను అహల్య అనెదరు.

శతానందుడు

అహల్యయా? తపస్విని! గౌతమునిపత్ని!!

అహల్య

నిజము. గౌతమునిపత్నిని.

శతానందుడు

పురవాసులారా! మీరు మీయిండ్లకు వెడలిపొండు. నేను ఈతపస్వినికి శాస్త్ర విధిననుసరించి ఉచితసంస్కారము చేసెదను.

పురవాసి ౩

కొరతను వేయించాలి.

పురవాసి ౪

మహాశయా! తలముండనంచేసి ఊరు వెడలగొట్టండి.

శతానందుడు

ఏదికర్తవ్యమో అది నేనుచేసెదను. బ్రాహ్మణిని శిక్షించు నధికారము బ్రాహ్మణులకే కలదు. పొండు.

[పురవాసులు వెళ్లిపోతారు]

పురవాసి ౪

తప్పకుండా ఇది అహల్యయే. కొట్టరేమిరా ?

పురవాసి ౧

దిక్కులేందిరా. వదలుడు. వెళ్లిపోనిండు.

పురవాసి 3

ఇది రంకులాడి.

పురవాసి ౨

తప్పుదలారి అహల్య ఇది యేరా.

పురవాసి ౪

పాపిష్టిదిరా. కొట్టండి. చూస్తారేం ?

అహల్య

నేను పాపినిగాను, వక్రవర్తననుగాను. ముందు నాగోడు వినుండు.

పురవాసి 3

అదంతా మాకొద్దు. కొట్టండి.

పురవాసి ౪

కొట్టండనే [కొడతాడు.]

శతానందుడు

[ప్రవేశించి] ఎవరు ! ఏమది ! దిక్కులేని దీనురాలగు ఈ అబలపై ఇంతటి అత్యాచారమా !

పురవాసి ౪

ఇదిగో ! ఇది తప్పుల తడక. తలలు మార్చేది.

కుమారా అనిపిలుచునధికారము చాలకాలముక్రిందటనె కోలుపోయితివి. శతానందుని నీవుపొందజాలవు. వెళ్లుము. వెళ్లిపొమ్ము. స్వర్గమునకో, బ్రహ్మలోకమునకో, వైకుంఠమునకో, నరకమునకో ఎక్కడికైన వెళ్ళుము. శతానందుని మాత్రము పొందలేవు. నీవు ఆకలిగొని యుంటివా! ఈత్రోవనే వెళ్లినచో దేవాలయమున్నది. అచ్చటకు పొమ్ము. విశ్రాంతియు, ఆహారపానీయములును. అచ్చట దొరకును వాన మబ్బు ప్రళయముగా క్రమ్ముకొన్నది. అంధకారము గాఢముగా అలముకొనుచున్నది. వెడలిపొమ్ము.

[లోపలికి వెళ్ళుతాడు]

అహల్య

ఓపృధివీ! నీవు పగిలి బ్రద్దలై శతధాభిన్న మేలకాలేదు? పరమేశ్వరా! నీనియమమెంత నిష్ఠురమైనది. నిజమే నేను కళంకినినే! కాని ఎవరిదోషముచేత? ఎవరీ దుర్బలహృదయయగు అహల్యను ఆసలు గొలిపి మోసగించిరి? ఎవ్వరు కలయికల వలపుముమ్మరను తీరిన వెనుక ఆమెనుమదిరాసవపానము చేసిన వెనుక పారవేయు పాత్రవలె కాలద్రోసెనో ఆపురుషుడు మమతాహీనుడును, క్రూరుడును కాడా! కాడు, సంఘము యొక్క దృష్టిలో నేనొకతెనే దోషురాలను. పురుషజాతి కామ వికార పూర్ణమైనది. పురుషజాతి ఏమిచేయుటకును శంకింపదు. పురుషుడు నిద్రించు ప్రియురాలి కంఠముపై కత్తి విసరును. వినయనమ్రోథల పాతివ్రత్యమును కళంకముచేయును. వలపు జవరాండ్ర ప్రేమపుష్పములను, సంఘాచారపు కాలిధూళిలో

శతానందుడు

నీనామధేయము అహల్యయా ? తపస్వినీ ! ఇచ్చటికేల వచ్చితివి? నీ కేమికావలయును?

అహల్య

పుత్రుడు శతానందుని చూడగోరుచున్నాను.

శతానందుడు

పుత్రుడు శతానందునా ? ఏమిప్రయోజనము ?

అహల్య

యువకుడా ! నీవెవ్వరవు? నీకంఠస్వరము ఎక్కడనో వినినట్లు హృదయమును కదల్చుచున్నది. యువకుడా ! నీవెవ్వరవు? అవ్యక్తమగు నీదేదో నా అంతర్గతమును కలచివేయుచున్నది. నీవు—నీవు—మాశతానందుడవా ?

శతానందుడు

ఆఁ ! నేను శతానందుడను.

అహల్య

నీవేనా ? నీవు ! మా శతా...... [ముందుకు వచ్చును]

శతానందుడు

[వెనుకకు తగ్గి] ఏమిచెప్పదలచితివి?

అహల్య

ఏమిచెప్పుమనెదవు తండ్రీ! కుమారా! [దగ్గరకుపోతుంది]

శతానందుడు

ఆగుము. ఇంతటి పరివేదనతో పనిలేదు. నీవు నీపుత్రుని

[మిథిలా నగరానికి వెళ్లేత్రోవలో రామలక్ష్మణులు, విశ్వామిత్రుడు.]

రాముడు

మహాత్మా! ధనుస్సంధానము చేయవలెనని ప్రకటించెనే జనకుడు! సీతాకుమారి వివాహామునకును, ధనుస్సంధానమునకును సంబంధమేమి?

విశ్వామిత్రుడు

అది శివధనుస్సు! అత్యంతము ప్రతిభాసంపన్నమైనది.

లక్ష్మణుడు

ఔగాక!

విశ్వామిత్రుడు

జానకికి అది క్రీడావస్తువు.

రాముడు

ఒక యువతికి క్రీడావస్తువగు ధనస్సు, రాజ్యధారేయుల బాహాబలపరీక్షాసాధన మెట్లగును?

లక్ష్మణుడు

ఒక్కరికేల? ఇది ప్రపంచ మహావీరులందరకును పరీక్షా సమయమే.

రాముడు

మహాత్మా! జనకులు గృహస్థులకును, ఋషిలోకమునకును పూజ్యమగు ఆదర్శజీవనమును గడుపువారని సెలవిచ్చుచుందురు గదా?

కలిపివేయును భక్తిస్నేహములను బలిపెట్టును. ఆకలిగొన్న వానినోట బూడిదకొట్టును. దాహముకొన్నవానిచే విషము త్రావించును. దయను వినాశనముచేయును. విశ్వాసమును హత్యసేయును. అహో? తలతిరిగి పోవుచున్నది. జలధారా! ప్రళయకాలసంరంభముతో కురిసి ధరిత్రినంతయు ముంచి వేయుము. పురుషు లెంతటి క్రూరులో ఎంతటి మమతాహీనులో! ఈజగత్తులో అంతకన్న ఎవ్వరునులేరు. తుపానూ! ఇక విజృంభింపుము. ఈ యరాజక రాజ్యమును, ధూళిలో గలిపివేయుము. పాషాణమైపోవుచున్న ఈ అహల్య ఇక్లే నిలచి భైరవోల్లాసముతో దాని నవలోకించును గాక. [కొంతదూరము పిచ్చిగా తూలుచూ నడచివెళ్ళుతుంది.] కంఠ మారిపోవుచున్న దేమి! అహా ఎక్కడి వీ భూతములు! ఈ మస్తిష్కములో ఏవో ఏవో శూన్యశ్మశానములో, శివతాండవ కోలాహలములు చలరేగుచున్నవి. నాపాపమో, ప్రళయ శక్తియో, నన్ను ధిక్కరించి, నాపైకి - నన్ను కబళించి వేయుటకు, సహస్రానేకకరాళములతో, ఆ రక్తములు గ్రమ్మ కన్నులతో అయ్యో! ఇది విలయము! నాహృదయము బ్రద్దలై అంత రిక్షమునకు దూదిపింజలవలె లేచి పోవుచున్న దేమి?

అహో! ఈ నేత్రముల నెవ్వరు పెరికివేయుచున్నారు? పరమేశ్వరా! జగత్తు నా కంధకార జీమూతపరంపరాపటల ఘూర్ణితమగుచున్నది. [నడుస్తుంటే ఒకవృక్షానికి శిరస్సు కొట్టుకొని రక్తం స్రవిస్తుంది] ప్రభూ! ప్రభూ! [కూలిపోతుంది.]

తెర

[రెండడుగులు వేసేసరికి ఎవరో వ్యక్తివలె
కదలిన సంజ్ఞ అవుతుంది]

లక్ష్మణుడు

ఋషివరా! ఆశ్చర్య మాశ్చర్యము!

రాముడు

స్వామీ! ఇదియేమి! ఎవ్వరో మనుష్యవ్యక్తి! వనితా మూర్తివలె కనుపించుచున్న దేమి?

అహల్య

ఆ!ఆ!ఇది మనుష్యలోకమా, లేక స్వర్గమా? నే నెచ్చట నుంటిని! నాపాపములు పటాపంచలై పోయెనా? [మహానందముతో] ఇదేమి మోక్షద్వారములు తెరుచుకొనిపోయి, సర్వేశ్వరుని కడకంటికాంతి వెన్నెలలు ఇచటి కెట్లువచ్చినవి? ఇదియంతయు ఈ స్వర్గీయమూర్తి స్పర్శమాత్రమునసేనా?

లక్ష్మణుడు

సోదరా! సంపూర్ణముగ క్రుంగిపోయి పశ్చాత్తాపము నొందుచున్న దెందులకో! అటు వినుము.

విశ్వామిత్రుడు

వత్సా! ఆమె గౌతమమహర్షి పత్ని. సతీత్వమును పోగొట్టుకొని ఆత్మఘాతినియై జీర్ణించి చైతన్యమును గోలుపోయినది. ✓

అహల్య

[రామునివంక జూచి] దివ్యలోకమునుండి దిగివచ్చిన సుందర

లక్ష్మణుడు

కనుకనే దానిలో నేదియో పరమార్థముండి యుండును.

విశ్వామిత్రుడు

వత్సా! రామచంద్రా! కేవలక్షాత్రబల గర్విత బాహు దండ చాలన మాత్రమున ధనుస్సు నెక్కుబెట్టజాలరు. ఏవ్యక్తి తన భుజాశక్తిని నిష్కామియై, లోకశ్రేయమునకు ధారాగ్రహితము సేయునో, ఏవ్యక్తి హృదయము ఆధ్యాత్మిక చింతా పారవశ్యమున సుప్రశాంతమో, అట్టి స్వర్గీయమధురమూర్తికి గాని అది సాధ్యము కాదు. భూలోకమునకును, స్వర్గమునకును, ఎవ్వడు సంపూర్ణ సామరస్యమును కర్మానుష్ఠానమున ప్రదర్శించునో వానికే అది సాధ్యము. తెలసినదా జనకుల పరమార్థము?

రాముడు

అట్టిదా సీతాకుమారి కెట్లు సాధ్యమయ్యెను?

అతిగారాముున, గోమునన్ సతము శుద్ధాంతాంగనాసేవలో
మతికింపైన వినోదముల్ సలుపు శంపాకోమలాంగమ్మె వ
ర్థితమా సీతకు సాధ్యమా! శివధనుర్విద్యాప్రసంగమ్మె, నా
కతిచోద్యమ్ముగదోచుచున్నదిమునీంద్రా! తెల్పుమా ప్రేముడిన్.

విశ్వామిత్రుడు

ఆమె ఒక అపూర్వవ్యక్తి. నెమ్మదిగ వివరించెదను. వివాహకాలము సమీపించుచున్నది. ఇంకను మనము నడువవలసిన దూరమే ఎక్కువయున్నది.

అహల్య

అశ్లేయగునుగాక. ప్రభూ! నీ వీనాడు అహల్య నుద్ధరించితివి. రండు, నా ఆశ్రమమునకు దయచేయుడు. ఓ దేవదేవా! భూలోకమున కవతారమెత్తివచ్చిన నిర్గుణపరబ్రహ్మమూర్తీ! దయచేయుము నీకును నీచిన్నితమ్మునకును అతిథిసత్కార పూజాదికము లొనర్చెదను. మహర్షి! దయచేయుడు.

[అహల్య తోవ చూపిస్తూంటుంది]

తెర

కుమారశేఖరుడవు, నీ వెవ్వరవోయి! నీ పాదరజమున కెంతటి మాహాత్మ్యము అంకితమైయున్నది తండ్రీ! నీవే నాపాలిటికి సాక్షాత్తు శ్రీమన్నారాయణుడవు. దిక్కుమాలి రోసి భగ్న హృదయనై, పాషాణినై పోయిన పతితురాలికి, పరమపదమహానంద పారవశ్యము కలిగించిన నీవే నా దేవదేవుడవు, నీవేగా నాప్రాణసర్వస్వమవు. ఈ పాపాత్మురాలిని క్షమింపుము. ఈ పరమనికృష్టయగు అహల్యను క్షమింపుము.

రాముడు

తల్లీ! నేనుసర్వదా క్షమింపగలను. కాని ఎవరిఅనంతప్రేమ విశ్వాసములకు బదులుగా నీనీచహృదయపు కర్కశత్వమును చూపితివో, ఎవరికోమలహృదయములో వ్యభిచారపువజ్రాఘాత మొనర్చితివో, తల్లీ వెళ్లుము, ఆతనిని క్షమార్పణవేడుకొనుము.

అహల్య

వారు క్షమించెదరా?

రాముడు

చేల! కామలోభాదిరహితులు ప్రేమమూర్తు
లైనవారికె క్షమ యన్న అర్థమగును,
గౌతమునిహృదయ మట్టిదే కాంత! నీకు
తారక మతండె, క్షమియింపదగు నతండె.

పంచమాంకము

[అహల్య పశ్చాత్తాపంతో - వేదనతో పూర్వాశ్రమం చేరుకుంటుంది. ఐతే గౌతములు క్షమిస్తారా ? క్షమిస్తారా ? ఇదే ఆక్రందనం చేస్తూంది అహల్యాహృదయం. ఆతీరని పిపాసతో కాలినడకతో వస్తూంది అహల్య.]

అహల్య

వారు నన్ను ప్రేమింతురా ? వెనుకటివలె ప్రేమలోలుకాడు మధుర హృదయముతో నాయెడల ప్రసన్నులయ్యెదరా ? పూర్వమువలె అనురాగనమ్రములైన కటాక్షములను నాపై ప్రసరింతురా ! నాథా ? క్షమింపుము. ఇంతటి నీప్రేమపరివేదనమును, తొలుదొల్త తెలియజాలనైతిని. నేను పాపిని, అభాగినిని, క్షమింపుము. నేడు నాకంతయు తెలిసినది. నాథా! నాథా! [అని పోతూంటుంది.]

[గౌతమాశ్రమంలో - గౌతముడు - విశ్వామిత్రుడు - శతానందుడు.]

గౌతముడు

విశ్వామిత్రా ! నన్ను తిరిగి వ్యర్థముగా ఈ ఆశ్రమభూములకు గొనివచ్చితివి. జానకీవివాహానంతరము అటనుండియే తిరిగి హిమాచలమునకు వెడలువాడను.

అహల్య

అభాగినినే. నిజము. నేను అభాగినినే, ప్రభూ! నేను కడుం గడు అభాగినిని, కళంకితురాలను, ఘోరపాపిని, దుష్టురాలను.

గౌతముడు

హా! ప్రియతమా!

అహల్య

ప్రియతమా అను ఈ సంభాషణము నాతోనేనా? ఇది అపహాస్యమా? మహర్షీ! ఇంతవరకును నన్ను గుర్తించనేలేదో?

గౌతముడు

ప్రాణేశ్వరీ! గుర్తించితిని.

అహల్య

లేదు, గుర్తించలేదు. ఇందువలననే అనుకంపాకలితమైన మధురస్వరముతో పిలచుచుంటిరి. ఇందువలననే, ప్రేమతో ఆశ్రయమిచ్చుచుంటిరి. నన్ను గుర్తించియే యున్నచో అసూయతో విముఖులై కాల దన్నియుందురు.

గౌతముడు

అహల్యా............!

అహల్య

అహల్యను కాను. పాషాణిని. పాషాణీ! యనుడు. నేను పరపురుషగామినిని, పుత్రునికంఠము నులిమివేసిన హంతకురాలను. పిశాచినిని, ముందు నాకథవినుడు.

విశ్వామిత్రుడు

శ్రీరామపాదస్పర్శచే పాషాణమైపోయిన ఆమెహృదయమున దివ్యచైతన్య ముదయించినది. ఆమె పశ్చాత్తప్తయైనది. మీఘోర కిప్పుడే అనంతపరివేదనతో కుమిలిపోవుచున్నది.

[తాపసబాలుడు ప్రవేశిస్తాడు]

తాపసబాలుడు

స్వామీ! ఆశ్చర్య మాశ్చర్యము !!

గౌతముడు

ఏమి ?

తాపసబాలుడు

ఎవరో ఒకస్త్రీ ఉన్మాదమెత్తినట్లు పరుగెత్తి వచ్చుచున్నది

గౌతముడు

ఉన్మాదమెత్తిన స్త్రీయా ?

తాపసబాలుడు

ఆమెఎర్రనిశరీరము పలుచబారి రోగినివలె నున్నది. కాళ్లవరకు పడుచున్న ఆమెదీర్ఘ కేశభారము వికావికలుగా చెదరియున్నది. ఆమెకన్నులలో నీళ్లు తిరిగి యున్నవి.

అహల్య

[ఏదోగీతం ఆలాపిస్తూ] నాథా! నాథా!

గౌతముడు

అభాగినీ! నీకీవేషమా? ఈదశయా?

మమతకై భార్యయటంచు తల్లియని, సంభావింపగానేల? శాస్త్రముపోనాడుదురేమి బ్రాహ్మణులు—? కర్తవ్యక్రియా భ్రష్టులై.

ఏ స్త్రీవ్యక్తి విశ్వాసమును వినాశనముచేసి, పవిత్రప్రేమను హత్యచేయునో అది ఎన్నడును క్షమాపణార్హురాలు కాజాలదు. తండ్రీ! ఏదాంపత్యప్రేమ సమాజమున కాధారమో, సర్వకర్తవ్యములకు మూలమో, ఆదాంపత్యపు పునాదివేరుపై ఏ స్త్రీ కోరికోరి గొడ్డటివ్రేటు ప్రయోగించునో ఆ పాపిని క్షమింపదగినదికాదు. తండ్రీ! మహాత్ముడగు భృగువుయొక్క వ్యవస్థానుసారము కులటాంగన పత్నియగునుగాక, జననియే యగునుగాక, ప్రాణదండనమే యోగ్యమైన దండనము.

గౌతముడు

నాముద్దుతండ్రీ! కోపము శాంతించుకొనుము. నేను శిక్షింపగలను. నేను కంఠమువరకును పాపములో మునిగియున్నాను. నేను దుర్బలుడనగు మూఢుడను. ఇంకొక కర్తవ్యభ్రష్టయగు మనుష్య వ్యక్తిని పరిశీలించుటకు నాకు శక్తి లేదు. రమ్ము దురదృష్టవంతురాలా! రమ్ము. అహల్యా!

[అహల్య గౌతమునిబాహువుల్లో]

శతానందుడు

తండ్రీ! నీవు ధర్మనిర్ణయమును త్రోసిపుచ్చి ఇట్టి సాహసముచేతువా! [అహల్యనుతండ్రిదగ్గరనుంచిబయటికిలాగుతాడు.]